निसर्गाच्या माध्यमातून शिक्षण

यशवंत विद्यार्थ्यांसाठी

मधुसूदन र. दामले

भावानुवाद अरविन्द चांदोरकर

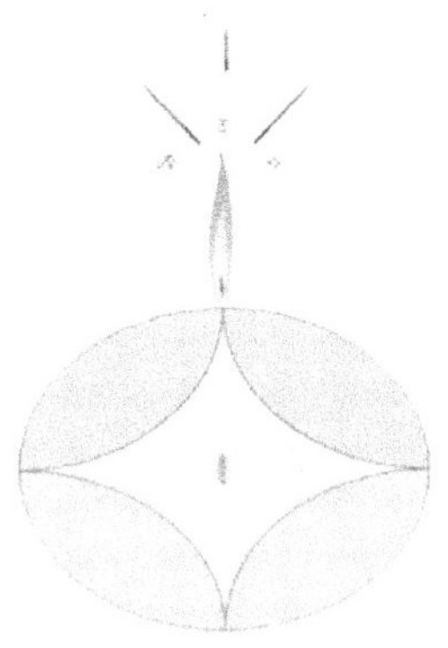

निसर्गाच्या माध्यमातून शिक्षण : यशवंत विद्यार्थ्यांसाठी.

मधुसूदन र. दामले

प्रकाशक :-
मिदम् चॅरिटेबल ट्रस्ट,
मिदम् आश्रम,
आर.एस.क्र. १४४/५, ऐरीकराई रोड,
RS No. 144/5, Earikkarai Road,
गाव :- कोथयपुरिनाथम,
Kothapurinatham Village,
पुदुचेरी, ६०५ १०२
Puducherry 605102

E-mail:- midamashram@gmail.com

Web:- www.midamashram.org

दूरध्वनी +९१ ९७५१०७६५९३
Phone:- +91 9751076593

Type Setting and Layout : Vedika Graphics, Nagpur

ISBN No. 978-81-955254-6-1

आदरांजली

ब्रुक बॉन्ड इंडिया, प्रायव्हेट लिमिटेडचे कंट्रोलर राहिलेले व
"Ashoka Pillar Trophy" चे तीन वेळा विजेते असलेले माझे
(स्वर्गीय) पिता श्री. रघुनाथ विष्णु दामले

आणि

निसर्ग व प्रकृतीची सर्वप्रथम ओळख मला जिने करून दिली अशी माझी
(स्वर्गीय) माता श्रीमती इंदिराबाई रघुनाथ दामले
यांचे चरणी कृतज्ञतापूर्वक समर्पित.

अनुक्रमणिका.

भावानुवादकाचा अल्प परिचय

श्री मधुसूदन दामलजी लिखित मूळ इंग्रजी पुस्तक "Learning Through Nature - A Manual For Champion Students" या पुस्तकाचे भावानुवादक श्री. अरविंद मा. चांदोरकर हे भारतीय स्टेट बँकेचे निवृत्त अधिकारी आहेत.

आम्हांस सांगतांना आनंद वाटतो की, स्कॉटलंडमधील Mensa या नामांकित जागतिक संस्थेतर्फे घेतल्या जाणाऱ्या मानांकित IQ Test मध्ये डॉ. अल्बर्ट आईन्स्टाईन या शास्त्रज्ञाइतके उच्च श्रेणीचे गुण प्राप्त करणाऱ्या चि. अखिलेश व कु. ऋचा या दोन गुणी नातवंडांचे ते आजोबा आहेत.

गेल्या अनेक वर्षांपासून ते मिदम् चॅरिटेबल ट्रस्टशी जोडले गेलेले आहेत. या आधी मिदम् चॅरिटेबल ट्रस्ट तर्फे प्रकाशित डॉ. भावना बढे लिखित मूळ इंग्रजी पुस्तक "Krishna's Butter For Champion Students" या पुस्तकाचा भावानुवाद मराठी आणि हिंदी भाषांमध्ये त्यांनी केलेला असून त्याचा अनेक विद्यार्थ्यांनी लाभ घेतलेला आहे.

श्रीमद् भगवद्गीतेतील शिकवणूक व संस्कार योग्य वयात विद्यार्थ्यांमध्ये रूजवले जावेत या श्री. दामलेजी यांच्या संकल्पनेला साकार करण्याच्या मिदम् चॅरिटेबल ट्रस्टच्या कार्यात त्यांचा या रूपाने सहभाग मिदम् चॅरिटेबल ट्रस्टला लाभला आहे.

प्रस्तावना

श्री. मधुसूदन र. दामले जी यांच्या प्रथम भेटीचे भाग्य मला इ. स. २००९ मध्ये पुदुचेरी मुक्कामी लाभले. त्यावेळच्या संवादातून, सनातन आध्यात्मिक सत्यांचा आधुनिक, वर्तमान काळात सदुपयोगी व प्रत्यक्ष आचरणात आणता येईल असा मतितार्थ मांडण्याचे त्यांचे अद्भुत व अलौकिक कौशल्य मला प्रतीत झाले. ते म्हणाले, ''मी तुम्हाला असे कोणतेही नवे आध्यात्मिक सत्य सांगू शकत नाही जे तुमच्यातील खोलवरच्या अंतर्यामी जाणिवेला अज्ञात आहे. केवळ तुम्हाला ज्याचा विसर पडला आहे त्याची आठवण मी करून देऊ शकतो.'' या पुस्तकातील सर्वच पाठ मला आवडले आहेत, परंतु पाठ अकरावा आणि एकोणविसावा विशेषत्वाने भावले आहेत.

श्री दामलेजींच्या अत्यंत सुस्पष्ट, धारदार आणि प्रभावी अशा मार्गदर्शनाच्या साहाय्याने आपण आपल्यातील उच्च आणि सर्वोत्तम अस्तित्वास जाणून रूपांतरणाच्या ऊर्जेशी तादात्म्य पावून तिच्या प्रस्फुटित होण्याच्या क्रियेस चालना देऊ शकतो. वैयक्तिक आत्मानंद आणि देशाचे स्वास्थ्य यासाठी आवश्यक असलेली ज्ञानप्राप्ती आपल्या आवाक्यात आहे याविषयी जणू ते खात्री देत असतात.

व्यक्तीने आपल्या धार्मिक अथवा आध्यात्मिक धारणांच्या परे जाऊन त्यांच्या या ज्ञानदायक मार्गदर्शनाप्रत उन्मुख होणे गरजेचे आहे. हे पुस्तक अतिशय शांत आणि एकाग्रपणे, एक एक पाठ एकावेळी या पद्धतीने वाचल्यास, जिज्ञासूला त्यावर मनन करणे तर सोपे होईलच तथापि त्यातील सत्याविष्काराचा अनुभव पण होईल. श्री दामलेजी, पालकत्व स्वीकारलेल्या देवदूताप्रमाणे आपले बोट धरून जीवन ध्येयाकडे नेणाऱ्या जिन्याच्या पायऱ्या सुगमतेने चढून जाण्यात मदत करतात.

शिक्षक व विद्यार्थी यांच्यातील उद्बोधक संवादाच्या माध्यमातून लेखकाने आध्यात्मिक मार्गदर्शन सर्वांसाठी उपलब्ध करून दिले आहे. लेखकाचे शब्द सामर्थ्य असे आहे की, जिज्ञासूस ते शब्दांच्या पलिकडले पण जाणून घेण्यास बाध्य करतात, नव्हे ते त्यास उमगतेच.

शक्ती, ऊर्जा, यश आणि एकूणच जीवनास सार्थकता प्रदान करणाऱ्या गोष्टींचा मी शोध घेत होतो; पण तो बाह्यवर्ती होता. या पुस्तकाने मला हे शिकवले की सहजा-सहजी हाती न येणारा हा खजिना आपल्या आतच कसा दडलेला आहे आणि त्यापर्यंत पोहचावे कसे. मानवी जाणिवेच्या सतत उत्क्रांत होण्याच्या प्रक्रियेस अधिक गतिमानता आणि गुणात्मकता प्रदान करणारे वर्तमान काळातील हे अद्वितीय पुस्तक आहे, असा माझा दृढ विश्वास आहे. याचे बुद्धीने वाचन करण्याऐवजी त्यातील अद्भुततेचा सुगंध तुमच्या अंतरात्म्यास प्रतीत होऊ द्या.

ज्या ज्या वेळी मी या पुस्तकातील एखाद्या भागाचे पूनर्वाचन करतो त्या त्या वेळी आधीच्या वाचनाच्या वेळी कळलेल्या अर्थापेक्षा एका नवीनच आणि अधिक सखोल अर्थास सामोरा जातो आणि आश्चर्यचकित होतो. वर्तमानातील सर्व जिज्ञासूंनी हे अतिशय प्रेरणादायी पुस्तक जरूर वाचावे, मनन करावे असे मी अगदी हृदयापासून सांगेन. पुस्तकाइतक्या किंवा त्याहीपेक्षा काकणभर अधिक प्रेरणादायी असलेल्या आचार्यांनी लिहिलेले हे अद्वितीय पुस्तक लोकांच्या, विशेषत: विद्यार्थ्यांच्या, आयुष्यात खूप मोठा सकारात्मक बदल घडून येण्याबाबत आश्वस्त करते.

माझा जर कोणी आध्यात्मिक मार्गदर्शक असेल तर ते हे पुस्तक आहे, हे मी अभिमानाने सांगेन. जरूर वाचा, तुमचे जीवन बदलण्याची शाश्वती मिळू शकते.

लेखक या पुस्तकाद्वारे, प्राचीन आध्यात्मिक अधिकारी व्यक्तींच्या कालातीत सुस्पष्टतेइतका एक सुस्पष्ट, गहन आणि प्रगल्भ संदेश देत आहेत :- उत्क्रांतीच्या मार्गावरील परिवर्तनाप्रत स्वत:स उन्मुख करून मनुष्य सामान्य जीवनातील समस्यांवर मात करू शकतो.

मला जर केवळ एका पुस्तकाची निवड करा असे सांगितले तर निर्विवादपणे मी याच एका पुस्तकाची निवड करेन. कारण ? कारण यातून केवळ प्रेम आणि राष्ट्र संवर्धन याची शिकवण शब्दाशब्दांतून आणि अव्यक्त शब्दातून पाझरत आहे. अन्य कोणत्याही पुस्तकाने मला इतके प्रभावित केलेले नाही, मला भारावून टाकलेले नाही जितके की या पुस्तकाने !
हे केवळ एक पुस्तक नसून त्याहीपेक्षा जास्त आहे, ते जीवन सांगाती आहे. अन्य पुस्तके विसाव्या शतकासाठी योग्य होती. हे एकविसाव्या शतकाचे पुस्तक आहे.

या पुस्तकाच्या स्वरूपास अनुसरून प्रस्तावनेची सांगता त्याच प्रकारच्या एका संवादाने करायचे धाडस करीत आहे:-

विद्यार्थी (शिक्षकास):- सर, मी यशवंत झालो आहे आणि राष्ट्रउभारणी मध्ये माझा काही उपयोग आहे हे मला कसे समजेल ?

शिक्षक:- जेव्हा तुला प्रश्न विचारण्याची गरज भासणार नाही!

खूप खूप शुभेच्छा!

डॉ कृष्णभूषण महाशब्दे

डॉ कृ. ए. महाशब्दे यांचे उच्च शिक्षण जपानमध्ये झाले असून ते प्रख्यात वास्तुविशारद सल्लागार, लवाद मध्यस्थ आणि शिक्षणतज्ज्ञ आहेत. पर्यावरण शास्त्र, शहर नियोजन व वास्तुकला आणि कायदा (विधी) या तीन विविध क्षेत्रांमधील डॉक्टरेट उपाधी प्राप्त करणारे ते प्रथम भारतीय आहेत. कायदा क्षेत्रातील डॉक्टरेट उपाधी मिळविणारे ते प्रथम भारतीय वास्तुविशारद असून त्यांनी अनेक केंद्र व राज्य सरकारांमधील तसेच महानगर पालिकांमधील अनेक विभागांच्या योजनांचे वास्तुविशारद सल्लागार म्हणून काम केलेले आहे. ते **College of Architecture, Mumbai** चे माजी प्राचार्य, **Architects & Engineers Association Nashik, Rotary Club of Nashik West** चे माजी अध्यक्ष आहेत.

लेखकाचे मनोगत.

प्रिय विद्यार्थ्यांनो,

मला माहीत आहे की तुमच्यापैकी प्रत्येकाला त्याच्या आवडीच्या क्षेत्रात यशस्वी व्हायचे आहे. तुमच्यापैकी बहुतेकांना असे वाटत असते की, यशस्वी होण्यासाठी सर्वप्रथम शाळेत शिकविण्यात आलेल्या विषयांवर प्रभुत्व मिळविले पाहिजे. मी मात्र तुम्हाला हे सांगू इच्छितो की, या पुढील पाठांमधून आपण यशस्वी होण्यासाठी ज्या मूलभूत कौशल्यांवर / गोष्टींवर प्रभुत्व मिळविणे आवश्यक असल्याचे शिकणार आहोत ते केवळ सर्वसामान्य शैक्षणिक अभ्यासक्रमातील विषयांवर प्रभुत्व मिळविणे इतक्यापुरते मर्यादित नाही. एखाद्या क्षेत्रातील, जसे की क्रीडा, नाट्य, नृत्य, संगीत, कला, साहित्य इत्यादी क्षेत्रातील कौशल्यांवर मिळविलेले प्रभुत्व केवळ त्या-त्या क्षेत्रातील प्रगतीचा, यशाचा भक्कम पाया असू शकतो, परंतु सर्वांगीण उन्नतीसाठी मात्र सशक्त व्यक्तिमत्त्व हाच भरभक्कम पाया असतो.

'सशक्त देहात सशक्त बुद्धी' ही उक्ती तर तुम्ही ऐकलीच असेल. या संदर्भात मानवी जीवनातील इतर काही महत्त्वाचे पैलू लक्षात घेणे देखील आवश्यक आहे ज्याबद्दल आपण पुढील पाठांमधून शिकणार आहोत. ते पैलू म्हणजे भाव-भावना, लालसा, मत्सर, भय, क्रोध, अनावश्यक बंध / माया , अहंकार, पसंत - नापसंत इत्यादी. हे एकप्रकारचे पिंजरे आहेत त्यापैकी एक किंवा अधिक पिंजऱ्यांमध्ये विद्यार्थी अडकून पडलेला असतो, त्यांच्या हाताची कठपुतळी बनतो. ते त्याला यंत्रमानवा प्रमाणे नियंत्रित करू लागतात, परिणामतः विद्यार्थ्यांची सर्वांगीण प्रगती ठप्प होते. व्यक्ती सर्वांगीण उन्नती करू शकत नाही; कारण या नकारात्मक गोष्टी त्या मार्गातील मोठे अडथळे बनून त्याला रोखत असतात. आपल्या सर्वांना या पिंजऱ्यातून सुटका करून घेऊन पक्ष्या प्रमाणे मुक्त, उंच भरारी घ्यायची आहे.

जी तत्त्वं आपण शिकून अंमलात आणणार आहोत ती आपल्याला या पिंजऱ्यांपासून मुक्ती मिळवून मुक्त भरारी घेण्यात मदत करणार आहेत. या अभ्यासक्रमाच्या शेवटी तुम्ही प्रत्येक जण अशा मुक्ततेचा आनंद तर घ्यालच; पण यशाच्या मार्गावर प्रगती करताना तुमचा आत्मविश्वास पण दुणावलेला असेल. या अभ्यासक्रमाचा लाभ प्रत्येक विद्यार्थी, मग तो कोणत्याही जाती-पातीचा, धर्माचा वा कोणत्याही देशाचा नागरिक असो त्या प्रत्येकामधील विशाल, वैश्विक दृष्टिकोनास साद घातली गेल्याने तो जागृत होईल. एका अर्थाने तांत्रिक प्रगतीमुळे जग आता लहान होत चालले असून भौगोलिक अंतरांची बंधने आता निरर्थक झाली आहेत; कारण जगातील अगदी सुदूर, अत्यंत लहान जागी देखील जर एखादी घटना / गोष्ट घडली तर क्षणार्धात ती जगभर समजते.

आजचे विद्यार्थी आता केवळ त्या-त्या क्षेत्राचे विद्यार्थी राहिले नसून त्यांना जागतिक परिस्थिती त्वरित अवगत होत असल्याने ते जागतिक विद्यार्थी झाले आहेत असे म्हणण्यास हरकत नाही. आम्हा मिदम् ट्रस्टच्या सदस्यांना विश्वास आहे की, तुम्ही सर्व या अभ्यासक्रमात शिकलेले सर्व काही प्रत्यक्ष आचरणात आणून त्यापासून होणारा लाभ प्राप्त करून घ्याल.

या अभ्यासक्रमाचा केवळ विद्यार्थ्यासच आनंद मिळणार नसून त्याचे पालक, नातेवाईक, शिक्षक, त्याच्या सहवासात येणारे इतर या सर्वांना पण त्या आनंदाचा निश्चित लाभ होणार आहे.

सर्वांस माझ्या शुभेच्छा.

मधुसूदन र. दामले.
संस्थापक संचालक,
मिदम चॅरिटेबल ट्रस्ट आणि
के. व्ही. एम. लॅबोरेटोरीज
पुदुचेरी.

विषय प्रवेश.

प्रिय विद्यार्थ्यांनो,

व्यक्तिमत्त्व विकासाच्या या विशेष वर्गात तुमचे स्वागत! तुम्हा प्रत्येकाला यशवंत विद्यार्थी व्हायचे आहे, होय ना? मग सर्वप्रथम तुम्ही असा विश्वास बाळगायला हवा की तुमच्यात तो यशवंत आधीपासूनच लपलेला आहे. तुम्ही म्हणाल हे कसं? हे सर्वश्रुत आहे की प्रत्येकात अशी क्षमता दडलेली असते की तो/ती कोणत्याही क्षेत्रात यशस्वी होऊ शकतो/शकते. प्रत्येक व्यक्ती सतत, आयुष्यातील उन्नतीच्या, सफलतेच्या आणि परिपूर्णतेच्या मार्गावर चालत असते. आपण वर्तमानात आणि इतिहासात पण पाहू शकतो की, स्त्री असो अथवा पुरुष, त्यांनी प्रत्येक क्षेत्रात यशाची शिखरे सर केलेली आहेत. दोघेही सैनिक, कलाकार, विद्वान, साहित्यिक इत्यादी असलेले आढळतात. शारीरिक, मानसिक, भावनिक क्षेत्रांमध्ये एक उंची, उत्कृष्टता त्यांनी कमावलेली पाहतो.

आयुष्यात त्यांनी मिळविलेल्या या यशाचा जर आपण विचार केला तर आपल्याला असे कळते की काही पैलूंवर त्यांनी प्रभुत्व मिळविलेले असून त्याच्या साहाय्याने स्वतःच्या उणिवांवर मात केलेली आहे. अशा थोर व्यक्तींबद्दल आपण वाचतो, पण दुर्दैवाने त्यापासून बोध मात्र घेत नाही, शिकत नाही. आपण आपल्यातील उणिवांसह जगत राहतो आणि अशा दुर्लक्ष करण्यामुळे या उणिवांना आपण आपल्या प्रगतिच्या मार्गातील अडथळा बनू देतो.

आपल्या सर्वांना भ्रमंती आवडते म्हणून मी असे ठरविले आहे की बंदिस्त वर्गात बसून शिकविण्याऐवजी तुम्हाला निरनिराळ्या ठिकाणी घेऊन जायचे. ही विविध ठिकाणे आणि हे विविध विषय कुतूहलाचे आणि मनोरंजक असल्याने तुम्ही ते चटकन ग्रहण करू शकाल अशी खात्री आहे. सुरुवातीला आपण या मार्गातील अडथळे काय आहेत त्यांचे स्वरूप काय आहे ते माहिती करून घेणार आहोत; जेणेकरून त्यावर मात करून, ते दूर करून आपण प्रगतिपथावर यथावकाश पुढे जाऊ.

तुम्ही विचार कराल हे कसे जमायचे? तर उत्तर अगदी साधे आहे! 'प्रत्यक्ष करून!' तुम्हाला तो वाक्प्रचार माहितीच असेल, 'केल्याने होत आहे रे आधी केलेची पाहिजे', किंवा इंग्रजीत *by just doing it.*

हे आपण, विद्यार्थी व एक असा अनुभवी शिक्षक ज्याने स्वतःचे व्यक्तित्व स्वतः घडविले आहे, यांच्यामधील संवादाद्वारे शिकणार आहोत. उत्सुकतेपोटी विद्यार्थी अनेक प्रश्न त्यांना विचारतात. शिक्षक त्यांच्या व्यावहारिक अनुभवांचा उपयोग करत त्या जीवनविषयक गहन प्रश्नांची अत्यंत प्रेमाने, संयमितरीत्या उत्तरे देतात. अशा या प्रश्नोत्तरांच्या प्रवासाअंती प्रत्येक विद्यार्थी त्याच्या प्रत्येक प्रयासास पूर्ण विश्वासाने सामोरा जाण्यात यशस्वी होईल.

प्रत्येक व्यक्तीस त्याच्या आयुष्यात अनेक आव्हानांना सामोरे जावे लागत असते. तो सतत कोणत्या ना कोणत्या समस्येशी झगडत असतो. जगात अनेक प्रकारच्या समस्या असतात. काही शारीरिक, काही भावनिक, काही मानसिक तर काही तात्त्विक स्वरूपाच्या असतात. बऱ्याचदा असेही आढळते की एकापेक्षा अधिक समस्यांचा गुंता झाल्याने अधिकच गोंधळ उडतो. व्यक्तीस हे कळत नाही की त्या कशा हाताळाव्यात, कुठल्या समस्येस आधी हात घालावा. अशा स्थितीत त्याने एकाचवेळी सर्व समस्यांना हाताळण्यास सुरुवात केली तर त्या गुंत्यामुळे सर्व समस्या आपल्यावर एकदम चाल करून येत आहेत असे त्यास वाटू लागते आणि मग त्यांच्यातून मार्ग काढणे अधिकच बिकट होऊन जाते. मग तो हतोत्साहित होऊन त्यांच्या समोर शरणागती पत्करतो, निष्क्रिय होतो.

कधी कधी आपण पाहतो की एखाद्या व्यक्तीने त्याच्या क्षेत्रात यश मिळविलेले आहे; पण त्याच्यात काही वैगुण्ये आहेत जी त्याने दूर न केल्याने त्याची पुढील प्रगती खुंटली आहे. मिळविलेल्या यशाचा आनंद पण तो नीट घेऊ शकत नाही आणि त्यामुळे सुख-दुःखाच्या चक्रात तो अडकून पडतो. या दुःखी आणि निराशेच्या परिस्थितीतून बाहेर येण्याचा उपाय तो बाह्य गोष्टींमध्ये शोधू लागतो. जसे की, करमणुकीच्या कार्यक्रमांना हजेरी लावणे, सहलीला जाणे, तीर्थयात्रेस जाणे इत्यादी, दिनक्रमामधील या तत्कालीन बदलांमुळे त्याला थोडे बरेही वाटते; परंतु परतल्यावर पुन्हा तो आधीच्याच परिस्थितीत जातो. अशा रीतीने त्याचा चिरंतन शांती आणि समाधानाचा शोध चालूच राहतो.

संपूर्ण आयुष्य हे म्हणजे शारीरिक, मानसिक, भावनिक आणि तात्त्विक आघाड्यांवर सतत चालू असलेले युद्धच आहे असं वाटू लागते. यामध्ये ती व्यक्ती अडकते आणि त्याला तो एखाद्या पिंजऱ्यात अडकला आहे असे वाटून परिणामतः हळूहळू या समस्यांमुळे त्याची गत एखाद्या यंत्रमानवाप्रमाणे होते, सर्व तऱ्हेची प्रगती खुंटते.

पुढील पाठांमधून आपण स्वतः सदोदित आनंदी कसे राहायचे, आपल्या सभोवतालच्या लोकांना कसे आनंदी करायचे हे शिकणार असून त्याचे अनुसरण पण करणार आहोत.

शिक्षक आणि विद्यार्थ्यांमधील हा संवाद आपल्याला समस्यांना समोर जाण्याचे एक सूत्र शिकविणार आहे आणि ते आहे 'योग्य मानसिक दृष्टिकोन' (यो मा दृ)

शाळेने नियमित सत्राचे शेवटी आयोजित केलेल्या व्यक्तिमत्त्व विकासावरील कार्यशाळेत तीस विद्यार्थ्यांनी प्रवेश घेतला आहे. त्या कार्यशाळेत घेण्यात येणाऱ्या तासांना हजेरी लावण्यास हे सर्व विद्यार्थी अगदी उत्सुक आहेत कारण जे प्राध्यापक त्या कार्यशाळेत शिकविणार आहेत, ते अत्यंत सुप्रसिद्ध आहेत. त्यांनी, अनेक क्षेत्रात आज ज्या नामवंत व्यक्ती आहेत; त्यांना विद्यादान केलेले असून त्यांचे ते विद्यार्थी त्या त्या क्षेत्रात प्राविण्य मिळवून त्याठिकाणी उच्च पदांवर कार्यरत आहेत. त्यांच्या एकमेवाद्वितीय परंतु व्यवहार्य दृष्टिकोनाचा उपयोग करत विद्यार्थ्यांना विशाल व्यक्तिमत्त्वाचे यशवंत व्यक्ती बनविण्याबाबत त्यांची ख्याती आहे. यामुळे विद्यार्थी स्वतंत्र विचार करणे आणि स्वतःमधील सुप्त गुणकौशल्ये ओळखणे सहज साध्य करू शकतात.

आज ह्या नवीन सत्राचा पहिला दिवस सुरू होतो आहे ! चला आता अधिक उशीर न करता आपण पण इतर विद्यार्थ्यांसह यात सामील होऊ या.

बेडूक:- तुम्हाला मजा वाटत आहे, पण आमच्या जीवावर बेतले आहे.

पाठ एक.

मानसिक द्वंद्वाचा सामना.

(शाळेतील वर्गात मुले बाकांवर आपआपल्या जागी बसलेली आहेत, प्राध्यापकांचे आगमन झाले असून विद्यार्थ्यांनी उभे राहत एक सुरात त्यांना अभिवादन केले आहे. प्राध्यापकांनी त्या अभिवादनाचा स्वीकार केला असून एकही क्षण वाया न घालविता लगेचच एका प्रश्नाने सत्राची सुरुवात केलेली आहे)

शिक्षक:-
माझ्या प्रिय विद्यार्थ्यांनो, आपल्याला रोजच्या जीवनात बऱ्याचदा अशा परिस्थितीस, अडचणीस सामोरे जावे लागते की जिचे नेमके स्वरूप आपल्या लक्षात येत नाही. मग अशा प्रसंगी काय करावे, त्यातून मार्ग कसा काढावा हे पण सुचत नाही व आपण गोंधळून जातो. अशा वेळी मग गोंधळलेल्या मनःस्थितीत अडकून पडण्यापेक्षा आपण एखाद्या योग्य व्यक्तीची मदत घेण्यात संकोच करता कामा नये. ही योग्य व्यक्ती म्हणजे आपले आई-वडील, मोठा भाऊ, मोठी बहीण, विश्वासू मित्र या पैकी कोणीही असू शकते.

अशा परिस्थितीत आपण, डोक्यामध्ये एकाचवेळी सुरू असणारे अनेक परस्परविरोधी विचार, विरोधी कल्पना, विरोधाभास यांमुळे अनामिक भीती व भयगंड अनुभवू लागतो. खरे तर ही वास्तविकता नसते तर हा सर्व आपल्या गोंधळलेल्या मानसिक स्थितीचा, कल्पनेचा खेळ असतो. हा खेळ आपल्याला मानसिकरीत्या अगदी थकवून टाकतो. आपण आपल्याला अगदी असहाय्य व दुर्बल समजू लागतो आणि मग एकतर आपण व्यर्थ, उद्देश्यहीन वाद-विवाद, भांडण करत अशी लढाई लढत राहतो, जिचा कधीच सफल शेवट होणार नसतो किंवा परिस्थितीला शरण जाऊन, हार मानतो आणि पदरी येईल त्याचा हतबल होऊन स्वीकार करतो.

विद्यार्थी :- सर, मी एक प्रश्न विचारू ?

शिक्षक :- विचार की.

विद्यार्थी :- सर मग अशा वेळी आपण नेमके काय करायला हवे ? म्हणजे या गोंधळाला शरण जाऊन आहे ती परिस्थिती स्वीकारावी, हार मानावी की काहीच न करता निष्क्रीय राहावे ?

शिक्षक :- अगदी सहज व सोप्पं आहे. अशा वेळी आपण शिक्षक, आई-वडील, भाऊ-बहीण आणि मित्र यापैकी कोणाचा तरी सल्ला, मार्गदर्शन घ्यायला हवे. हाच एक अशा हतोत्साहित करणाऱ्या स्थितीतून सहज-सोप्या रीतीने बाहेर पडण्याचा खात्रीलायक मार्ग आहे. मात्र असे मार्गदर्शन, सल्ला अतिशय मनापासून व पूर्ण विश्वासाने, प्रामाणिकपणे मागणे आणि स्वीकारणे गरजेचे आहे. अशा परिस्थितीत एकाकी किंवा हतबल होऊन राहू नये कारण तसे केल्यास तुमच्या व्यक्तिमत्त्वाची मोठी हानी होऊ शकते.

बरं मी काय म्हणत होतो ? हं ,भांडणाची सुरुवात कशी होते याचा तुम्ही कधी विचार केला आहे का ? भांडण तेव्हा सुरू होते जेव्हा एकतर मनात स्वार्थी विचार येतो किंवा मग तुमची मागणी, अपेक्षा पूर्ण नाही झाली तर! अगदी बालपणापासून आपण आपला खाऊ, खेळणी, इतर वस्तू, हे सर्व आपले भाऊ, बहीण आणि मित्र यांचे सोबत वाटून (शेअर करून) त्याचा आनंद घ्यायची सवय अंगी बाणवून घ्यायला हवी. स्वार्थी मनोवृत्तीने कधीच समाधान होऊ शकत नाही. अशा व्यक्तीस ' मला हे हवे, ते हवे' अशी इच्छा होऊ लागते आणि हे मग इतक्यावरच न थांबता, 'मलाच सर्व काही हवे, इतरांना काही नाही मिळाले तरी चालेल, अगदी सामान्य जीवनासाठी आवश्यक तेही त्यांना नाही मिळाले तरी हरकत नाही' अशी मनोधारणा तयार होते. मग शेवटी परिणामतः गोंधळ आणि अराजकाची स्थिती निर्माण होऊन सर्वच जण दुःखी होतात. सर्वजण सुखी असतील तरच आपण पण सुखी होऊ शकू ना ? बरोबर आहे कि नाही ? कारण शेवटी आपण पण याच 'सर्वजणांचा' एक हिस्सा आहोत. खरंय की नाही ?

विद्यार्थी :- सर पण मग कधी-कधी आमची आमच्या भाव-बहिणीसोबत आणि मित्रांसोबत जी लुटूपुटुची भांडणे, थट्टा-मस्करी, वाद होतात

तेही वाईटच का ? त्याचे काय ?

शिक्षक :-   किती छान, निरागस प्रश्न आहे हा मुलांनो! जेवणात जशी आंबट-गोड चव लज्जत आणते ना, तसंच हे आहे. थोडीशी चेष्टा-मस्करी, गम्मत, खोड्या, विनोद याशिवाय काय मजा आहे ? पण जसं पदार्थ वाजवीपेक्षां जास्त आंबट किंवा गोड झाल्यावर त्याची सगळी मजा जाते, तसेच याही बाबतीत आहे बरे! एका मर्यादित राहून आणि कोणास शारीरिक, मानसिक त्रास न होईल अशा रीतीने केलेली चेष्टा-मस्करी, गम्मत, खोड्या, विनोद या गोष्टी खिलाडूवृत्तीने स्वीकारल्या गेल्या तर त्यांचा आनंद पण घेता येतो.

एका छान गोष्टीद्वारे आपण हे समजावून घेऊ. एकदा एका नदीच्या काठी काही मुले खेळत होती. खेळता खेळता त्यांना एक बेडूक दिसला. त्याला टुणूक टुणूक उड्या मारताना पाहून त्यांना खूप गम्मत वाटली. त्यांच्यातील एका मुलाने सहज गम्मत म्हणून छोटासा खडा त्याला मारला. बेडकाने घाबरून ऊंच उडी मारली व लांब गेला. ते पाहून त्या सर्व मुलांना अजूनच मजा वाटली आणि मग प्रत्येकजण, बेडकाने जास्तीत जास्त ऊंच उडी मारावी म्हणून त्याला दगड मारू लागला.

विद्यार्थी :- सर मग अशी गंमत करण्यात काय चूक आहे ?

शिक्षक :- अरे, एका मर्यादित, थोड्यावेळ आणि ती देखील कुणास तिचा त्रास होत नसेल इतपत केलेली थट्टा-मस्करी, गंमत ठीक आहे; पण तो बिचारा बेडूक त्यांनी मारलेल्या दगडांमुळे जखमी आणि रक्तबंबाळ झाला तरी ती मुले त्याला दगड मारतच राहिली. बेडूक त्यांना म्हणाला, 'अरे तुमचा खेळ होतोय, तुम्हाला मजा वाटते आहे पण इथे माझा जीव जाण्याची वेळ आली आहे'.

काय संदेश मिळतो आपल्याला यातून, काय सार किंवा तथ्य आहे या गोष्टीचे ?

या गोष्टीतून आपण हे शिकायचे आहे की ज्यापासून कुणास त्रास होणार नाही अशी गम्मत, थट्टा-मस्करी ठीक आहे. मैत्रीमध्ये हसत-खेळत कुणाची गम्मत म्हणून खोडी काढणे ठीक आहे व तीही एका मर्यादित असेल तरच तिचा निर्व्याज आनंद सगळ्यांना मिळू शकतो. अन्यथा ज्या गमतीमुळे, थट्टामस्करीमुळे दुसऱ्याचा शारीरिक अथवा मानसिक छळ होतो ती अत्यंत वाईटच.

कधी-कधी मुलांना व मुलींना देखील असे अनुभव येतात की कोणी त्यांना जोरात चिमटे काढणे, धक्का-बुक्की करणे, धपाटे मारणे आणि नको त्या ठिकाणी स्पर्श करणे असा त्रास देत आहे ज्यामुळे ते त्रासून जातात, अस्वथ, हैराण होतात; अशा वेळी त्यांनी गप्प न राहता, त्रास सहन करत न राहता या बाबत ताबडतोब आई-वडील, शिक्षक किंवा अन्य विश्वासू व्यक्तीस सांगून त्यांची मदत घेण्यात अजिबात संकोच करता कामा नये.

उजळणी

१. जेव्हा जेव्हा 'काय करू काय नाही' किंवा 'काही करू की नको' असा संभ्रम निर्माण होईल तेव्हा तेव्हा सर्वांत प्रथम शांत व्हा आणि मग संकोच न करता विश्वासू व्यक्तीस विचारा, मार्गदर्शन घ्या,

२. आपल्या मागण्या / गरजा योग्य आणि मर्यादित असू द्या,

३. सदैव स्वतः आनंदी राहा आणि इतरांना पण आनंदी करा,

४. क्वचित एखादे वेळी हलकी-फुलकी चेष्टामस्करी ठीक आहे; परंतु ती देखील अशी असावी की त्यामुळे त्या व्यक्तीस कोणतीही शारीरिक अथवा मानसिक इजा, त्रास होऊ नये.

पाठ दोन. भाग एक.

योग्य मानसिक दृष्टिकोन.

(आज प्राध्यापक मुलांना शाळेच्या बंदिस्त वातावरणापासून दूर बाहेर घेऊन जात आहेत. महामार्गाच्या बाजूस असलेल्या मोठ्या पदपथावरून चालता चालता ते विद्यार्थ्यांना प्रश्न विचारण्यास प्रोत्साहित करत असतात. एक विद्यार्थी, ज्याच्या मनात अगोदरपासूनच एक प्रश्न घोटाळत असतो, तो या संधीचा फायदा घेत लगेच प्रश्न विचारतो)

विद्यार्थी :- सर, कधी-कधी एखाद्या अडचणीतून, समस्येतून मार्ग काढण्याचा विचार करता करता मेंदू एकदम थांबल्यासारखा होतो, मी अस्वस्थ, उद्विग्न होतो, काय करावे काही सुचत नाही. अशा वेळी काय करावे बरं ?

शिक्षक :- अशावेळी सर्वप्रथम जास्तीत जास्त शांत रहाण्याचा कसोशीने प्रयत्न करावा. त्यासाठी समोरील अडचणी/समस्ये बाबत, त्यावरील संभाव्य तोडग्यांच्या पूरक व विरुद्ध शक्यतांबाबत विचार करणे एकदम थांबवावे. मग शांतपणे केवळ समोरील समस्या, तिचे स्वरूप याचे आकलन करून घ्यावे आणि मग तुमच्या दृष्टीने याबाबत जी व्यक्ती योग्य ते मार्गदर्शन, सल्ला देऊ शकेल तिच्याकडे जावे. शांतपणे समस्येचे आकलन करून घेतले असल्याने त्या व्यक्तीसमोर तुम्ही तुमची समस्या योग्य रीतीने मांडू शकाल. मात्र अशारीतीने समस्या समोर मांडत असताना तुम्ही तुमचे स्वतःचे आडाखे, मत व त्या वेळेपर्यंत तुमच्या मनात त्याबाबत घोंगावलेले परस्परविरोधी विचार इ. व्यक्त करणे कटाक्षाने टाळले पाहिजे.

विद्यार्थी :- पण सर हे कसं जमणार ? म्हणजे मला असं म्हणायचं आहे की माझ्या गोंधळलेल्या मनःस्थितीवर सविस्तर चर्चा करून जर मार्ग काढायचा आहे तर मग हे सर्व सांगावे लागेलच ना ?

शिक्षक :- वरकरणी हे योग्य वाटत असले तरी इथे हे भान बाळगणे जरुरी आहे की तुम्हाला त्या व्यक्तीचे मार्गदर्शन समस्येतून मार्ग काढण्यासाठी हवे आहे ना की तुमच्या गोंधळलेल्या मनःस्थितीवर चर्चा करायची आहे. ती व्यक्ती योग्य ते मार्गदर्शन तेव्हाच करू शकेल जेव्हा तुम्ही त्याचे समक्ष केवळ ती समस्या योग्य रीतीने, शरणागत भावनेने मांडाल. तशी ती मांडून मग मार्गदर्शनाची प्रतीक्षा करावी.

विद्यार्थी :- अरे बापरे! हे म्हणजे त्या व्यक्तीसमोर शरणागती पत्करणेंच आहे की! एकप्रकारे हे माझे अपयशच म्हणायचे. सर्वच जर त्याच्या दयेवर अवलंबून राहणार असेल तर मग माझं असे काय राहते ?

शिक्षक :- नाही, तसं अजिबात नाही. याठिकाणी शरणागत होणे याचा अर्थ रणांगणावर पत्करलेल्या शरणागतीसारखा अजिबात अभिप्रेत नाही. तिथे एक सेना दुसऱ्या सेनेसमोर शरणागती पत्करते आणि मग ते शरणागत सैनिक, जेत्याद्वारे दिली जाणारी वागणूक, शिक्षा, छळ किंवा मृत्युदंड निमूटपणे स्वीकारतात.

विद्यार्थी :- पण सर, मला तर हे तसंच वाटते आहे. हे त्याहून वेगळे कसे आहे बरे ?

शिक्षक :- तेच तर नीट समजून घेणे आवश्यक आहे. याठिकाणी शरणागत होणे याचा अर्थ तुमच्या मनातील परस्परविरोधी विचार, ना ना शंका-कुशंका, अनावश्यक प्रश्न या रूपात असलेली शस्त्रे खाली ठेवणे असा आहे. कारण अशा गोंधळलेल्या मनःस्थितीत निर्माण झालेले हे सर्व प्रकार, अज्ञान व पूर्वग्रह यांचे परिणाम असतात. या वरून हे लक्षात येईल की असे शरणागत होणे म्हणजे तुमच्या मनात असलेल्या शरणागत होण्यासारखे अजिबात नाही तर यामुळे तुम्ही तुम्हास मिळू घातलेल्या मार्गदर्शनाचा शांत चित्ताने स्वीकार करून त्या आधारे त्या समस्येवर योग्य तो निर्णय घेण्यास सक्षम होतात.
ही आयुष्यभराची शरणागती नसून विशिष्ट समस्येवर प्रक्षुब्ध न होता योग्य तो उपाय शोधण्याची प्रक्रिया आहे. त्यासाठी हे ‘ यो मा दृ’ सूत्र आहे.

अडचणीच्या वेळी मार्गदर्शन, मदत मागावी व मदत करणाऱ्याचे बोलणं लक्षपूर्वक ऐकावं.

विद्यार्थी :- सर हे ' यो मा दृ' काय आहे ?

शिक्षक :- 'यो मा दृ' म्हणजे 'योग्य मानसिक दृष्टिकोन.' विद्यार्जन म्हणजे एक प्रकारची साधना व ती करणारा विद्यार्थी म्हणजे साधक आणि साधकाने हा 'योग्य मानसिक दृष्टिकोन' नीट समजावून घेऊन सदैव अंगीकारणे आवश्यक आहे.

विद्यार्थी :- सर, आता मला हे तर लक्षात आले आहे की या ठिकाणी शरण जाणे म्हणजे रणभूमीवरील शरण जाण्यासारखे नाही ; कारण त्या शरणागतीचे पर्यवसान अंतिमतः देहदंड अथवा मृत्यूत होते. सर, मृत्यू हे एक सत्य आहे. काहीजण आत्मघातकी प्रवृत्तीचे असतात तर काहीजण नैराश्यापोटी आत्महत्या करतात. मृत्यू या संकल्पनेस कसे सामोरे जावे ? आणि मृत्यू पश्चात काय ?

शिक्षक :- अरे बाळा, मृत्यू हे आयुष्यास आनुषंगिक सत्य आहे.

विद्यार्थी :- सर, याचा अर्थ मृत्यू म्हणजे सर्व गोष्टींचा शेवट हे खरं आहे तर ?

शिक्षक :- नाही नाही, असा एकदम शेवटावर जाऊन पोहचू नकोस. खरं तर सर्वस्व संपवणारा या अर्थाचा 'शेवट' हा कधीच नसतो. असं पहा, जीवनाच्या तीन अवस्था असतात. तुम्ही जन्मास येणे म्हणजेच 'जन्म' ही पहिली अवस्था, बाल्यावस्था संपून तारुण्यात प्रवेश होणे ही दुसरी अवस्था आणि त्या नंतर येणारी वृद्धावस्था ही तिसरी अवस्था होय. आता मला सांग, एक एक अवस्था पार करून आपण जेव्हा पुढच्या अवस्थेत जातो तेव्हा पहिल्या अवस्थेचा मृत्यू झाला असे म्हणतो का ? म्हणजे, तारुण्यात प्रवेश केला याचा अर्थ बाल्यावस्थेचा मृत्यू झाला आणि वृद्धावस्थेत प्रवेश झाला म्हणजे तारुण्याचा मृत्यू झाला असे आहे का ?

विद्यार्थी :- हे सारं काही गोंधळात टाकणारे आहे. मला काहीच उमगत नाहीए.

शिक्षक :- ठीक आहे. आता असं पहा, तुम्ही आयुष्यभर सदोदित बाल्यावस्थेतच राहू शकत नाही. तुमची वाढ होत असते, तुम्ही पुढील अवस्थेत प्रवेश करत असता आणि ही नैसर्गिक प्रक्रिया आहे. बालपणी, विद्यार्थिदशेत तुम्हाला अनेक विषयांचा अभ्यास करून ज्ञान मिळवावयाचे असते. आयुष्य जगत असताना नेहमी स्वतःस सर्वथा परिपूर्ण बनविण्याचा अथक प्रयत्न केला पाहिजे. असे केले तरच तुम्ही एक ज्ञानी व्यक्ती होऊ शकता, विविध क्षेत्रांमध्ये राहून कुटुंब, समाज, देश आणि अंततः अखिल जगतासाठी कार्य करणारा आदर्श, वैश्विक व्यक्ती होऊ शकता. उत्तर आयुष्यात, ज्येष्ठ नागरिकाच्या भूमिकेत असताना तुम्ही शारीरिक कष्ट जरी करू शकत नसाल तरी आत्तापर्यंतच्या आयुष्यातील अनुभवांनी समृद्ध झालेल्या ज्ञानाचा इतरांना लाभ देऊ शकता. अशा रीतीने जीवन जगत उत्तम मार्गदर्शन करणारे तज्ज्ञ आपल्याला विविध क्षेत्रांमधे आढळतात जसे की शिक्षण, क्रीडा, संगीत, संशोधन, व्यवस्थापन इत्यादी इत्यादी. आयुष्याच्या या विविध अवस्थांमधून जात असताना आपण हे शिकतो की, या दरम्यान जरी आपली शारीरिक अवस्था, आपल्या जबाबदाऱ्या आणि कर्तव्ये यात बदल होत असला तरी अंतःस्थ व्यक्ती तीच कायम असते आणि म्हणूनच नवीन अवस्थेत जाणे म्हणजे पूर्वावस्थेचा मृत्यू नसतो.

विद्यार्थी :- पण तरीही शेवटी प्रत्येकांस मृत्यूस सामोरे जावेच लागते म्हणजेच मृत्यू अटळ आहे. मला जन्मामधील बाल्य, तारुण्य आणि वृद्धावस्था या तीनही अवस्था कळल्या आहेत, पण मृत्यू म्हणजे काय ? मृत्यूनंतर काय ?

शिक्षक :- वास्तवात आपण ज्याला शरीर अथवा देह म्हणतो तो मृत्यू पावतो, त्याचा शेवट होतो ; पण त्यात आत्मा असतो. हा आत्मा देहाने अनुभवलेले सर्व अनुभवतो ; पण देहाचा मृत्यू झाला तरी त्याचा मृत्यू होत नाही आणि तो सर्व अनुभवांसह नवीन देह धारण करतो ज्याद्वारे तो अधिकाधिक प्रगत होत राहतो. ज्याप्रमाणे तीन अवस्थांचे संक्रमण होते तेंव्हा आधीच्या अवस्थांचा मृत्यू झालेला नसतो त्याप्रमाणे बाह्य देहावस्था बदलली तरी आतील चेतनाशक्ती, जिला आपण आत्मा म्हणतो त्याचा कधीच मृत्यू होत नसतो तर तो फक्त नवीन देह धारण करत असतो. म्हणजेच हा मृत्यू अथवा शेवट नसून देहावस्थेचे स्थित्यंतर आहे, त्यातील चेतनाशक्ती आत्मारूपाने चिरंतन आहे.

विद्यार्थी :- हे ठीक आहे, पण पुढे काय ?

शिक्षक :- पुढे काय ? मृत्यूवर लक्ष केंद्रित करू नकोस. जीवनाच्या वर्तमान अवस्थेतील वर्तमान काळात जग. आजचा दिवस हा तुझा आहे,

तोच तुझे भविष्य किंवा 'उद्या' घडविण्यासाठी उपयोगी आहे; कारण नंतर तो त्या उद्याचा भूतकाळ असेल

विद्यार्थी :- हो सर, अगदी खरं आहे हे. आता मी माझ्या रोजची कर्तव्ये आणि जबाबदाऱ्या यांवरच लक्ष केंद्रित करेन.

शिक्षक :- मुलांनो तुम्ही नैतिकतेबद्दल ऐकले आहे का ? तुमची नैतिक जबाबदारी काय हे तुम्हाला माहीत आहे का ?

विद्यार्थी :- हो सर, आम्ही बऱ्याच वेळा नैतिकता आणि नैतिक कर्तव्ये या विषयी ऐकले आहे, वाचले आहे. पण सर, एक विद्यार्थी म्हणून माझी काय नैतिक कर्तव्ये आहेत हे मला उमगत नाही. आणि मी मोठा झाल्यावर, एक स्वतंत्र व्यक्ती झाल्यावर माझी काय नैतिक कर्तव्ये राहतील हे कृपया समजावून सांगाल का ?

शिक्षक :- अगदी बरोब्बर प्रश्न विचारलास तू. आपल्याला जर आपली नैतिक कर्तव्ये माहीतच नसतील तर ती पूर्ण कशी करायची याची कल्पना, माहिती तरी आपल्याला कशी राहील ? हो कि नाही ? असं पहा, याची सुरुवात आपल्या घरापासूनच होते. इथे तुमचे कर्तव्य आहे की, नुसती चेष्टा-मस्करी न करता तुम्ही तुमच्या भावा-बहिणींना त्यांच्या निरनिराळ्या कामातही मदत करणे, जसे की शाळेत जाताना तयारी करणे, गृहपाठ, इतर अभ्यास, खेळात किंवा नृत्य, चित्रकला, नाटक इत्यादीबाबत तसेच तुम्ही आई-वडिलांना पण लहान-लहान कृत्यांद्वारे मदत करून तुमची घरामधील नैतिक कर्तव्ये पार पडू शकता. जसे की स्वतःचा अभ्यास स्वतः करणे, स्वतःच्या वस्तू, सामान स्वतः आवरणे. नेहमी सत्याच्याच बाजूने ठामपणे राहणे कारण सत्याचाच विजय होतो, तेच शाश्वत आहे.

विद्यार्थी :- सर जर सत्याच्या बाजूने उभे रहाणे आणि कर्तव्य पार पाडणे यात संघर्ष होत असेल तर ?

शिक्षक :- हे कसं शक्य आहे ? सत्याची कांस हेच आपले सर्वप्रथम आणि सर्वोच्च कर्तव्य आहे तर असा कथित संघर्ष ही केवळ एक मानसिक संकल्पना आहे. वास्तविकता नाही.

विद्यार्थी :- पण सर हे आम्ही कसं ठरवावे ?

शिक्षक :- सोपं आहे. सत्याची कांस न सोडता जी गोष्ट, जे कर्तव्य करणे तुमच्या प्रगतीस, वाढीस सहाय्यभूत ठरत असेल ते करायचे. तुमचे सर्व प्रयास कशासाठी व्हावेत तर ते तुमच्या व्यक्तिमत्त्वाची उत्तम जडण-घडण करणे, उत्तम विद्याभ्यास, उत्तम शरीरारोग्य, योग्य आहार आणि व्यायाम, उत्तम आणि उच्च ध्येयपूर्तीसाठी प्रयत्न, दिखाऊपणा न करता कुटुंबातील सदस्यांना मदत करणे. आणि हे सर्व जर तुम्ही प्रामाणिकपणे करत असाल तर संघर्ष असूच शकत नाही.

विद्यार्थी :- आत्ता लक्षात आले सर की, माझी दैनंदिन कामे प्रामाणिकपणे करणे हेच माझे नैतिक कर्तव्य आहे आणि सत्य देखील तेच आहे. धन्यवाद सर.

शिक्षक :- आपण प्रत्येक कर्म करायला सुरुवात करण्याआधी, ते कर्म केल्याने आपल्याला काय फलप्राप्ती होईल याचा विचार करू लागतो, ते कर्म करण्याआधीच त्यामधून अनेक लहान-मोठ्या अपेक्षा करू लागतो. या अपेक्षा आणि हा फलप्राप्तीचा विचार यामुळे मूळ कार्य उत्तम रीतीने करण्यावर आपले पूर्ण लक्ष केंद्रित होऊ शकत नाही किंबहुना तसे ते केंद्रित करण्याची क्षमता वापरण्यात अडथळे येतात. याची परिणीती म्हणजे आपल्या प्रयत्नांना संपूर्ण व उत्तम यश मिळत नाही. पण या ऐवजी आपण कोणत्याही फळाची अपेक्षा न बाळगता, सर्व लक्ष आणि शंभर टक्के क्षमता ते कर्म उत्तम रीतीने करण्यासाठी उपयोगात आणले तर तुम्ही त्या लक्ष्याप्रत नक्की पोहचू शकता. तेव्हा सदैव हे लक्षात असू द्या की तुम्ही 'फलप्राप्तीसाठी कर्म करणे' हा दृष्टिकोन न ठेवता 'ते उत्तमरीतीने, पूर्ण क्षमतेने, एकाग्रतेने करणे' हा तुमचा दृष्टिकोन असायला हवा.

विद्यार्थी :- सर तुम्ही म्हणालात की आपण नेहमी सत्य बोलले पाहिजे, सत्याचीच बाजू घेतली पाहिजे; पण मग कधीच खोटे बोलायचे नाही असे शक्य आहे का ?
शिक्षक :- ही खूप छान शंका विचारली आहेस. आपल्याला बऱ्याचदा थट्टा-मस्करी, गंमत करण्यात आनंद वाटतो. असे करताना आपण

सुरुवातीला एखाद्याशी खोटे बोलतो किंवा थाप मारतो, त्यातून होणाऱ्या गमतीचा आनंद घेणे झाल्यावर मात्र आपण नंतर त्याला सांगतो, अरे ती थाप होती, मी तुझी गम्मत केली आणि मग तो पण त्याचा आनंद घेतो. इतपत ठीक आहे; पण अशा गंमत करण्याने जर कोणास शारीरिक वा मानसिक त्रास होत असेल तर मात्र ते अजिबात योग्य नाही. हे आपण गेल्या पाठातील बेडकाच्या गोष्टीतून शिकलो आहोत.

आपण एक उदाहरण पाहू. समजा एक चोर चाकू किंवा मोठा दंडुका घेऊन रात्री तुमच्या खोलीत आला आणि त्याने विचारले की तुझ्या वडिलांनी पैसे कुठे ठेवले आहेत ते सांग मुकाट्याने. तुमचे वडील तुमच्यासाठी, सर्व कुटुंबासाठी अतिशय कष्ट करून पैसे कमावतात हे तुम्ही जाणून आहात. तशातच तुम्हाला त्या चोराच्या हाती त्याने आधी चोरलेल्या गोष्टी दिसत आहेत अशा वेळी तुम्ही सत्य बोलून वडिलांनी पैसे कुठे ठेवले आहेत ते सांगाल की, वडील पैसे बँकेत ठेवत असतात असे सांगून वेळ मारून न्याल?

त्याचप्रमाणे समजा एखादा गुंड सूरा किंवा पिस्तूल घेऊन एका माणसामागे धावत आहे. तो माणूस पटकन एका गल्लीत वळाला पण ते त्या गुंडाच्या लक्षात आले नाही. त्याने तुम्हाला पाहिले आणि तुमच्या जवळ येऊन तुम्हाला विचारले की तो माणूस कोणत्या दिशेने गेला तर अशा वेळी तुम्ही त्या गुंडाला सत्य ते सांगून त्या माणसाचा जीव धोक्यात घालाल की त्याची दिशाभूल करण्यासाठी तो माणूस विरुद्ध दिशेने गेला असं सांगून त्या माणसाचा जीव वाचवाल?

अशा प्रसंगात एका अर्थाने हे असत्य बोलणे आहे परंतु वस्तुतः ते असत्य म्हणता येणार नाही; कारण त्याने कोणालाही क्षती पोहचवलेली नसते, कुणाचे नुकसान केलेले नसते उलट तसे घडण्यापासून वाचवलेले असते आणि ते तसे करणे हेच अंतिमतः सत्य आचरण आहे. अर्थात तुम्ही हे ध्यानात ठेवणे आवश्यक आहे की असे प्रसंग अगदी अपवादात्मक असतात आणि एरवी तुम्ही, आधी सांगितल्यानुसार नेहमी सत्याचीच कांस धरायला हवी. असे करण्याने तुम्ही सकारात्मक व्हाल आणि ते तुम्हांला तुमचे व्यक्तिमत्त्व वैश्विक बनविण्यासाठी साहाय्यभूत होईल. हे पहा मुलांनो, बोलता बोलता आपण ग्राउंडवर येऊन पोहचलो सुद्धा. मला खात्री आहे आतापर्यंतची ही सर्व माहिती तुम्हा सर्वांना खूप आवडली असेल.

विद्यार्थी:- अरेच्या! खरंच की ! आम्हांला तर माहितच नव्हतं की आपण सर्व ग्राऊंडवर येणार आहोत.

शिक्षक:- आहे की नाही सरप्राईज? मी जर तुम्हाला आधीच सांगितले असतं की, फिरत फिरत आपण ग्राऊंडवर येणार आहोत तर आत्तापर्यंत आपली जी चर्चा झाली त्यातील मुद्दे तुम्ही इतके एकाग्र होऊन ऐकले असते का? अशावेळी तुम्ही ग्राऊंडवर पोहोचलो की काय करायचे, कोण-कोणते खेळ खेळायचे याचा विचार करत राहिले असता आणि मग या विषयावर तुमचे मन एकाग्र झाले नसते. हो की नाही?

विद्यार्थी:- अगदी १००% खरंय सर. आणि असं झालं असतं तर नंतर मला नक्कीच पश्चाताप झाला असता की इतक्या महत्वाच्या ज्ञानाकडे आमचे दुर्लक्ष झाले म्हणून.

शिक्षक:- हं ! आता तुम्ही हे शिकला आहात की अगदी लहान लहान कामं करत असताना सुद्धा तुम्ही एकाग्रता भंग होऊ देता कामा नये, त्या कामातून विशिष्टफलप्राप्तीची किंवा काही मिळेल का याची अपेक्षा न ठेवता ते पूर्ण क्षमतेने, जास्तीत जास्त उत्तम रीतीने करणे.
एखादे काम लहान आहे असे न म्हणणे किंवा त्यातून काय मिळू शकते याची गणिते न मांडणे ही सवय अंगीकृत करा; कारण लहान-लहान कृत्ये देखील मोठे मोठे परिणाम घडवू शकतात. तुम्हां सर्वांना इंग्रजीमधील **'Take care of the pennies and the pounds will take care of themselves'** ही म्हण तर माहितीच असेल. अगदी एक रुपया खर्च करताना देखील तुम्ही स्वतःस हे विचारले पाहिजे की, 'मी याचा योग्य विनियोग करत आहे ना?' असे करण्याने तुम्ही योग्यवेळी योग्य गोष्टीसाठी खर्च करण्याचे स्थितीत असाल. लहान-लहान कार्य करताना सुद्धा अशी काळजी घ्या की, तुम्ही अत्यंत प्रामाणिकपणे, सर्व कौशल्य पणास लावून उत्तम रीतीने ती करत आहात. कारण अशा रीतीने केलेली कार्ये नेहमीच भविष्यात उभ्या राहणाऱ्या भव्य-दिव्य कामांचा भरभक्कम पाया असतात.

उजळणी

१. तुम्ही जेव्हा कुणाकडे मदत, सल्ला मागत असाल तेव्हा आधी ती व्यक्ती काय म्हणत आहे ते लक्षपूर्वक ऐका, समजावून घ्या,

२. मग कृती करा, उपाय करा,

३. मार्गदर्शकाकडे जाताना शरणागत भाव बाळगणे म्हणजे त्यास आयुष्यभर शरण जाणे नाही, हे ध्यानात ठेवणे. समस्येतून मार्ग काढण्यासाठी त्याचे मार्गदर्शन मिळविण्यासाठी जात असल्याने असा शरणागत भाव बाळगताना क्षुब्ध होण्याची किंवा अपराधीपणाची भावना बाळगण्याची गरज नाही,

४. समस्येवर योग्य ते समाधान मिळविण्यासाठी ' यो मा दृ' म्हणजे 'योग्य मानसिक दृष्टिकोन,' ही गुरुकिल्ली आहे हे लक्षात ठेवा,

५. मृत्यू ही एका नव्या जन्माची सुरुवात आहे,

६. उत्तम अभ्यास करणे, आरोग्याची काळजी घेणे आणि कुटुंबातील लोकांना व मित्रांना थोडीबहुत मदत करणे,

७. सर्व दैनंदिन कामे निरपेक्ष रीतीने करणे.

पाठ दोन. भाग दोन.

इच्छा, आकांक्षांपासून मुक्त मन.

(मुले क्रीडांगणावरून वर्गात परत आली असून ती आपआपल्या जागेवर बसली आहेत. आतापर्यंत तुम्ही काय शिकला आहेत ते जरा आठवा पाहू असे शिक्षक त्यांना म्हणतात तेव्हा एक विद्यार्थी चटकन् उभा राहून सांगू लागतो)

विद्यार्थी :- सर, गेल्या पाठाच्या शेवटी तुम्ही सांगितले होते की, लहान-लहान कृत्ये देखील मोठे मोठे परिणाम घडवू शकतात. तर ते काही उदाहरणां सह आम्हाला समजावून सांगू शकाल का ?

शिक्षक :- व्वा!, बरोबर लक्षात आहे की तूझ्या! हे पाहा, आपण नेहमीप्रमाणे सकाळी सात-साडेसातच्या सुमारास शाळेत जात असताना एखादे दिवशी आपल्याला वाटेत एका ठिकाणी गवंड्याने नुकतीच एकावर एक विट रचून वाळू आणि सिमेंटच्या साहाय्याने भिंतीचे बांधकाम सुरू केल्याचे दिसते. त्यावर जास्त विचार न करता नुसती धावती नजर टाकून आपण पुढे जातो. संध्याकाळी चार-पाच वाजता परत येताना आपली नजर सहजरीत्या तिकडे जाते तेव्हा त्या ठिकाणी आता पूर्ण उंचीची भिंत उभी राहिलेली दिसते आणि आपण आश्चर्यचकित होतो. भिंतीपलीकडे काय आहे ते पण आता दिसत नसते.

विद्यार्थी :- हो सर, अगदी असंच मी आमच्या शहरात पण अनेकवेळा पाहिले आहे. आम्ही राहतो तिथे धड रस्ताही नव्हता, चालायला पण त्रास होत असे. एकदा शाळेच्या सुट्यांमध्ये पंधरा दिवसांसाठी आम्ही नातेवाइकांकडे गेलो आणि परत आलो तर एकदम छान रस्ता तयार झालेला होता. मला तर खूप आनंद झाला.

शिक्षक :- अगदी त्याचप्रमाणे छोट्या छोट्या गोष्टी शिकत शिकत, आपली कामे काळजीपूर्वक आणि एकाग्रतेने करत असतानाच आपल्या व्यक्तिमत्त्वाची उत्तम जडण-घडण होत जाते. विविध प्रकारचे विषय आणि परिस्थिती हाताळता हाताळता आपण अनुभवसिद्ध होत जातो, आपला आत्मविश्वास दुणावतो.
आपण जेव्हा उच्च पदांवरील व्यक्तींना मोठ-मोठ्या जबाबदाऱ्या यशस्वी रीतीने पार पाडताना पाहतो तेव्हा आपल्या हे लक्षात येते की, अतिशय मोठ-मोठे निर्णय मनाला भीतीचा जरा सुद्धा स्पर्श होऊ न देता, परिणामांची अवाजवी चिंता न करता अत्यंत शांतपणे ते घेतात. जे काम करायचे आहे त्यावर शांत चित्ताने पूर्ण विचार करून, वेगवेगळ्या पर्यायांच्या परिणामाचा विचार करून योग्य तो निर्णय घेऊन शांत चित्ताने ते काम पूर्णत्वास नेतात.

ज्या व्यक्तीचे चित्त संतुलित आहे अशी व्यक्ती सर्व तऱ्हेच्या परिस्थितींमध्ये शांत असते. अशी व्यक्ती यशाने हुरळून जात नाही आणि अपयशाने खचून पण जात नाही. भीती किंवा क्रोध हे त्याचा कधीच ताबा घेऊ शकत नाहीत म्हणून तोच खरा योद्धा, यशवंत योद्धा होय. असा योद्धा त्याची सर्व कर्तव्ये परिपूर्णतेने व अचूकतेने करत असतो.

विद्यार्थी :- सर, याची आमच्यासाठी योग्य अशी काही उदाहरणे आम्हाला सांगा ना.

शिक्षक :- नक्कीच मुलांनो. असं बघा, तुम्ही जेव्हा नाटकामध्ये, वादविवाद किंवा वक्तृत्व स्पर्धेमध्ये भाग घेता, तेव्हा त्यात 'मी यशस्वी होईन की अयशस्वी' याचा अजिबात विचार करू नका. तुम्ही ते सहजतेने, शांत चित्ताने आणि पूर्ण क्षमतेने करा. असे केल्यास तुमची त्या-त्या क्षेत्रातील कामगिरी अत्यंत सरस होईल. परंतु तुम्ही साशंकित होऊन किंवा मनात भीती बाळगून ते कराल तर प्रसंगी तुमचे संवाद, मुद्दे, भाषण यातील काहींचे विस्मरण होऊन तुमची कामगिरी तितकी सरस होणार नाही.

विद्यार्थी :- हो सर, हे ठीक आहे. असा दृष्टिकोन बाळगून जर आम्ही आमची कर्तव्ये केली तर मग यदाकदाचित जरी १००% यश नाही मिळाले तरी त्यात अपयश तर नक्कीच नाही येणार. आणि आम्ही पुढील खेपेस अजून सरस कामगिरी करण्याचे प्रयत्न तर नक्कीच करू शकतो की.

खेळाची मजा घेत तो पूर्ण क्षमतेने व प्रामाणिकपणे खेळलात तर तुम्हाला अशा आनंदाचा अनुभव होईल जो जिंकण्या-हारण्यापलीकडील असतो.

शिक्षक :- आता मला सांगा स्पर्धा कशासाठी असते बरं ?

विद्यार्थी :- विजय मिळविण्यासाठी सर.

शिक्षक :- का बरं ? जिंकण्याचा विचार न करता स्पर्धेत सहभागी होता येत नाही का ?

विद्यार्थी :- नाही सर, फक्त विजय मिळविणे याच एका विचाराने स्पर्धेत सहभागी झाले पाहिजे.

शिक्षक :- असं असेल तर मग तुम्ही विजयी झालात तर आनंदी व्हाल पण जर हरलात तर दुःखी आणि नाराज व्हाल. खरं की नाही ? याउलट जर तुम्ही खेळाच्या नियम आणि अटींचे पालन करत उत्तम, पूर्ण क्षमतेने खेळ खेळलात तर यश/अपयशापेक्षाही जास्त काहीतरी तुम्ही कमावलेले असते. अशा रीतीने खेळ खेळण्यात जो एक अवर्णनीय आनंद मिळतो तो तुम्हाला यश/अपयशापेक्षाही जास्त काहीतरी देऊन जातो. मग तुम्ही जिंका किंवा हारा, तुम्ही एक आनंदी स्पर्धकच असता. एका अर्थाने जिंकणे अथवा हरणे हे तुमच्या हाती नसते. तसे झाल्यास स्पर्धेतील आनंदाची भावनाच तुम्ही हरवून बसता. तसेही निकाल काय यावा हे कधीच तुमच्या हाती नसते; कारण त्यासाठी इतर अनेक गोष्टी देखील कारणीभूत असतात. त्यामुळे तुम्ही यशस्वी वा अयशस्वी होऊ शकता.

हो पण एक गोष्ट तुम्ही नक्कीच ठरवू शकता अन ती म्हणजे पूर्ण एकाग्रतेने, पूर्ण क्षमतेने आणि यश/अपयशाचा विचार न करता कामगिरी करणे. अशा समचित्त वृत्तीमुळे तुम्ही तुमची क्षमता १००% उपयोगात आणली म्हणून नेहमी आनंदी आणि समाधानी राहता. यामुळे तुम्ही यश- अपयशाची चिंता न करता कार्य करत राहण्याच्या मार्गावर यशस्वी वाटचाल करत राहता.

यशाने तुम्हाला विश्वास प्राप्त होऊ शकतो आणि अपयशाने नैराश्य. पण शेवटी या दोन्ही केवळ भावनिक स्तरावरील गोष्टी आहेत ज्या तुमच्या उत्तम व्यक्ती बनण्याच्या प्रयत्नात अडथळा बनू शकतात. तुम्ही अशी प्रगाढ समवृत्तीची स्थिती प्राप्त केली पाहिजे ज्यात अतिउल्हास, भीती, चिंता आणि क्रोध यांना अजिबात स्थान नसेल. मोठ-मोठ्या व्यक्तिमत्त्वांनी अशी स्थिती प्राप्त केलेली आपण पाहतो, ज्यामुळे ते भाव- भावनांच्या क्षुद्र सापळ्यात अडकत नाहीत.

उजळणी

१. संतुलित चित्त हे सर्व तऱ्हेच्या परिस्थितींमध्ये शांत असते. ते यशाने अतिउत्साहित होत नाही आणि अपयशाने हतोत्साहित होत नाही,

२. यशवंत योद्ध्याचा भीती किंवा क्रोध कधीच ताबा घेऊ शकत नाही. असा योद्धा त्याची सर्व कर्तव्ये परिपूर्णतेने व अचूकतेने करत असतो,

३. खेळाची मजा घेत तो पूर्ण क्षमतेने व प्रामाणिकपणे खेळलात तर तुम्हाला अशा आनंदाचा अनुभव होईल जो जिंकण्या-हारण्यापलीकडील असतो.

तुमच्या आत असणाऱ्या मार्गदर्शकाच्या अस्तित्वाविषयी सजग राहा.

पाठ तीन.

अंतरात्म्याचा आवाज.

(मुले आज क्रीडांगणाच्या एका बाजूस जमलेली आहेत आणि उत्सुक होऊन आज काय शिकायला मिळणार याची अधीरतेने वाट पाहत प्राध्यापकांकडे पाहत आहेत. क्रीडांगणाच्या दुसऱ्या बाजूने जात असलेल्या एका बैलगाडीकडे निर्देश करत ते मुलांना म्हणतात)

शिक्षक :- मुलांनो तुम्हाला ग्राऊंडच्या दुसऱ्या टोकाला असलेली बैलगाडी दिसते आहे का ?

विद्यार्थी :- हो सर.

शिक्षक :- ती कोण चालवत आहे बरं ?

विद्यार्थी :- ती गाडीवान चालवत आहे सर.

शिक्षक :- हो, ;बरोबर पण तुम्ही जर नीट निरीक्षण केलेत तर तुम्हाला दिसेल की तो गाडीवान कासऱ्यांच्या विविध हालचालींच्या साहाय्याने त्या बैलांना दिशा निर्देश देत आहे. जोपर्यंत बैल त्याच्या दिशा निर्देशांप्रमाणे चालत आहेत तोपर्यंत ती गाडी योग्य मार्गाने, योग्य दिशेस जात आहे. अगदी तसेच आपण जर आपल्या अंतस्थ असणाऱ्या आत्म्याचा आवाज, मार्गदर्शक सूचना ऐकून त्यानुसार वागू लागलो, कर्म करू लागलो तर सत्याच्या योग्य अशा मार्गावर आपण आनंदाने प्रगती करू शकू.

विद्यार्थी :- सर तुम्ही सांगता ते बरोबरच आहे पण बऱ्याच वेळा आम्हाला कंटाळा, आळस येतो व काहीच करू नये असे वाटते.

शिक्षक :- आपण सतत कार्यरत राहणे हे उत्तम असते. किंवा खरं तर कोणी कधीही काहीच न करता राहू शकत नाही. तुम्ही ही उक्ती ऐकली असेलच ना की 'तू कर्म करत राहा, अन्यथा ते करण्यासाठी तुला विवश केले जाईल'

तुम्ही नीट लक्ष देऊन निरीक्षण केले तर तुमच्या लक्षात येईल की, काही न काही कार्य सतत चालू असतेच. तुमच्या जाणीवपूर्वक प्रयत्नांशिवाय जेवताना किंवा अगदी झोपत असताना पण अन्नाच्या पचनाचे, त्यातील पोषक द्रव्ये शरीरात सामावून घेण्याचे कार्य अखंडपणे चालू असते. उठता-बसता, दिवसाच्या प्रत्येक क्षणी श्वासोश्वासाचे कार्य अखंडपणे चालू असते, तुमच्या जाणिवेत नसले तरी.

आपली पाचही ज्ञानेंद्रिये सदैव कार्यरत असतात म्हणजे एकप्रकारे तुम्हीच सदैव कार्यरत असता. तुम्ही खिडकीजवळ उभे राहिला असून विचारात अगदी मग्न आहात, अशा वेळी तुमचे डोळे रस्त्यावरील दृश्ये टिपीत असतातच जरी तुम्हाला त्याची जाणीव होत नसली तरी देखील! विचाराची क्रिया थांबली की लगेच तुम्हाला ती दृश्ये अगदी स्पष्टपणे दिसू लागतात, खिडकीतील फुलांच्या सुगंधाची जाणीव नाकाला होते, खिडकीबाहेर झाडावर असलेल्या पक्ष्यांच्या मंजुळ चिव-चिवाटाची कान जाणीव करून देऊ लागतात. इतक्यावेळ हातात धरून ठेवलेल्या मिठाईकडे लक्ष जाऊन तुम्ही तिचा एक घांस घेता आणि जीभ तिच्यातील गोडव्याची जाणीव लगेच तुम्हाला करून देते. इतक्यात हातावर एक कीटक येऊन बसतो, क्षणात त्याच्या स्पर्शाची जाणीव त्वचा करून देते व तुम्ही पटकन हात झटकता, तो कीटक उडून जातो.

तात्पर्य काय ? तर कुणी असं नाही म्हणू शकणार की कुणी व्यक्ती कोणत्याही वेळी अगदी क्षणभरासाठी सुद्धा विना कार्य करता राहू शकते. मला असं म्हणायचं आहे की व्यक्तीने हे लक्षात ठेवून कार्य केले पाहिजे. आणि या ठिकाणी बुद्धी त्याच्या मदतीस येते.

पण नुसते कार्य करायचे आहे असं म्हणून चालेल का ? तर नाही. सर्व ' ज्ञानेंद्रियांच्या जाणिवांचे' प्रयत्नपूर्वक भान ठेवून, निरक्षीर बुद्धीचा

योग्यरीत्या वापर करून कार्य केले की आपोआपच तुम्ही एक उन्नत व्यक्ती बनण्याच्या मार्गांवर वाटचाल करू लागता.

विद्यार्थी :- हो पण सर आम्ही अंतरात्म्याचा आवाज कसा ओळखू शकतो ?

शिक्षक :- तुम्हाला खरं तर ते माहीत आहे, फक्त त्याची जाण नाही. साध्या शब्दांत सांगायचे तर, तुम्ही जेवणाचे अतिसेवन केले की तुमचे पोट बिघडते, हा आहे शरीराने दिलेला आवाज. आणि तुम्ही खोटे बोलल्यानंतर तुमच्या मनाला लागणारी टोचणी हा तो अंतःस्थ आत्म्याचा आवाज. असा आवाज प्रत्येक चुकीच्या कृतीच्या वेळी तो देत असतो. अशा प्रत्येकवेळी तो ऐकून तुम्ही योग्य ती सुधारणा केली, अशा कृत्यांपासून स्वतःस कटाक्षाने दूर ठेवले की तुमचा आत्मविश्वास दुणावू लागतो.

विद्यार्थी :- सर, आम्ही निरक्षीर विवेक बुद्धी, मन आणि इन्द्रिय या मधील फरक कसा जाणावा ?

शिक्षक :- इन्द्रिये सतत काही ना काही मागणी करत असतात. जिभेला चटकदार खायला हवे असते, कानांना प्रिय गोष्टी, सुमधुर संगीत ऐकायचे असते, त्वचेस आनंददायी स्पर्श हवे असतात. या सर्व भावनिक किंवा मानसिक अपेक्षा आहेत. जेव्हा मन यांचा स्वीकार करते तेव्हा व्यक्ती त्यामागे ओढली जाते. पण विवेक बुद्धी यापैकी तुम्हास हितकारक काय आहे आणि अपायकारक काय आहे याची जाणीव करून देते. हाच तर आपल्या अंतरात्म्याचा आवाज असतो जो आपल्याला आपल्यासाठी योग्य आणि उत्तम असेल त्याकडे नेतो. किंबहुना तुमच्यासाठी आणि तुमच्या सभोवताली असणाऱ्या सर्वांसाठी योग्य आणि उत्तम असेल त्याकडे नेतो.

उजळणी

१. तुमच्या आत असणाऱ्या मार्गदर्शकाच्या अस्तित्वाविषयी सजग राहा,

२. सर्व 'ज्ञानेंद्रियांच्या जाणिवांचे' प्रयत्नपूर्वक भान ठेवून, निरक्षीर बुद्धीचा योग्यरीत्या वापर करून कार्य करा,

३. दुसऱ्याच्या उपयोगी येतील अशी सत्कर्मे करा.

पाठ चार.

मानवाची वैश्विक शक्ती.

(प्राध्यापक आज देखील मुलांना आधीच्याच ठिकाणी घेऊन आलेले आहेत. आजची वेळ मात्र सूर्यास्ताची आहे. विद्यार्थ्यांना उत्सुकता आहे की आज नवीन काय शिकायला मिळणार आहे. प्राध्यापक शिकविण्यास सुरुवात करतात)

शिक्षक :- मानवात अगणित गुण, अगणित क्षमतांचा वास असतो. वास्तविक जीवनाच्या विविध क्षेत्रात उच्च स्थान प्राप्त केलेल्या अनेक महान व्यक्तींचे आयुष्याचे आपण नीट अवलोकन केले तर आपल्याला हे कळते. आपल्याला अशीही अनेक उदाहरणे दिसतात की, ज्या व्यक्ती समाजाच्या शैक्षणिक मापदंडांनुसार अशिक्षित, अतिसामान्य गणल्या गेल्या होत्या त्या पुढे जाऊन उत्तम कवी, यशस्वी व्यावसायिक, क्रीडा आणि कला क्षेत्रातील अधिकारी व्यक्ती झाल्या आहेत. अशा व्यक्तींच्या आयुष्याचा बारकाईने अभ्यास केला की, हे लक्षात येते की त्यांनी त्यांच्या अंगी असलेल्या सुप्त गुणांचा, क्षमतांचा योग्य रीतीने उपयोग केल्याने त्यांना हे शक्य झाले आहे.

या उलट तथाकथित उच्चशिक्षित व्यक्ती दुर्गुणांना बळी पडल्याने त्यांच्या सुंदररीत्या विकसित होऊ शकणाऱ्या आयुष्याची माती झाली आहे, असेही आपण पाहातो. याला एकमात्र कारण म्हणजे त्यांच्यातही असणाऱ्या सुप्त गुण व क्षमतांचा वापर न करणे हेच होय. आपल्याला अशीही उदाहरणे दिसतात की काही व्यक्तींच्या नशिबी मूक-बधिरत्व, अंधत्व किंवा अन्य कोणते तरी वैगुण्य आलेले असते; परंतु त्या व्यक्ती अथक परिश्रम व जिद्द याच्या साहाय्याने, सर्वसामान्य व्यक्तीपेक्षाही जास्त भरारी घेतात.

विद्यार्थी :- सर, हे सुप्त गुण व क्षमता आपण कशा ओळखाव्या ?

शिक्षक :- आपण आत्ता या पटांगणावर आलेलो आहोत, सूर्यास्ताची वेळ आहे. जरा वर आकाशाकडे पाहा. अवकाशात निसर्गाने केलेली अत्यंत सुंदर, विविध मनोहारी रंगांची उधळण पाहताना असीम शांतीचा अनुभव येतो की नाही ? रात्रीच्या वेळी चमचमणारे तेजस्वी तारे, मधूनच ढगाआडून बाहेर येत चंद्राने त्याच्या लखलखत्या रुपेरी प्रकाशाचे पृथ्वीवर केलेले शिंपण या सर्वांचा अचानक आलेला अनुभव तुम्हाला प्रगाढ शांतीची अनुभूती करून देतो, खरं की नाही ?

एक महान ऊर्जा, शक्ती या ठिकाणी, विश्वात कार्यरत असते. आपण देखील या विश्वाचाच एक भाग आहोत त्यामुळे आपल्या मध्ये देखील त्या ऊर्जेचा, शक्तीचा अंश वास करत असतो. प्रकृती ही सदैव अतिशय सुंदर अशीच असते; कारण ती निरतिशय विशुद्ध असते, तिच्यात क्रोध, लोभ, वासना, मत्सर यांना अजिबात स्थान नसते. ती या वैश्विक शक्तीच्या परिपूर्णतेचा आनंद घेत असते.

विद्यार्थी :- आपण या परिपूर्णतेचा आनंद का नाही घेऊ शकत ?

शिक्षक :- आपण मनुष्यमात्र आपल्यातील शक्तीच्या अनुभवास मुकत असतो कारण तिच्यावर आपण आपल्या क्षुल्लक आशा-आकांक्षा, दुर्व्यसने, क्रोध, लोभ, वासना, मत्सर या साऱ्यांचे आच्छादन टाकलेले असते. आपली इंद्रिये सतत नव-नवीन मागण्या करत असतात आणि त्यामुळे आपल्यातील या सुप्त शक्तीस, क्षमतेस पुढे येऊन कार्य करण्याची संधीच मिळत नाही. आणि अशा व्यक्तींची संख्या जेव्हा वाढत जाते तेव्हा अखिल मानव जातीस उपलब्ध असलेले नैसर्गिक स्रोत देखील संकटात सापडतात.

आपल्याला याची जाणीवच राहात नाही की एक व्यक्ती म्हणून आपल्याला काय उपलब्ध करून दिलेले आहे. आपण सरसकट ही नैसर्गिक साधन-संपत्ती नष्ट करीत आहोत. मनुष्य सृष्टीतील वने, प्राणी-पक्षी देखील नष्ट करून अखिल मानव वंशाच्या दुःखांमध्ये भर घालत आहे.

सर्वच जण असे आहेत असे नाही. काहीजण त्यांच्या अंतरात्म्याला जाणतात त्याचा आवाज ऐकतात, मानवी इच्छा-आकांक्षा, वैयक्तिक सुरक्षा, आनंद, सुख यांना दूर ठेवून त्याच्या मार्गदर्शनाप्रमाणे वागतात.

स्वत:मध्ये अथवा दुसऱ्यात कनिष्ठता, दुर्बलता पाहू नका.

२०१५ साली तामिळनाडूस एका मोठ्या नैसर्गिक आपत्तीचा सामना करावा लागला होता. त्यावर्षी काय घडले होते तुम्हाला आठवते का? विनाशक अतिवृष्टीमुळे चेन्नई आणि आजूबाजूच्या उपनगरांना भीषण अशा पूर परिस्थितीस सामोरे जावे लागले होते. परंतु तशा भीषण आणि कसोटीच्या वेळी देखील हजारो लोक, धर्म, जात-पात, गरिबी-श्रीमंती, स्वतःची, कुटुंबीयांची सुरक्षा या कशाचाही विचार न करता एकमेकांच्या मदतीसाठी उत्स्फूर्ततेने ताबडतोब धावून आले होते. ज्याला जशी जमेल, ज्या स्वरूपाची, जितकी जमेल तितकी मदत तो दुसऱ्यास करत होता. त्यांच्यात अशी काय गोष्ट होती जिने या सर्व लोकांना इतके धैर्यवान आणि शक्तिवान बनविले होते?

विद्यार्थी :- अगदीच अकल्पनीय आहे हे सर! सर्वसाधारण मानवी स्वभावाच्यापेक्षा हे काही वेगळे, दिव्य असे आहे. हे कशामुळे शक्य झाले?

शिक्षक :- हेच तर मला तुम्हाला समजावून सांगायचे आहे मुलांनो. हाच खरा आतील शक्तिस्रोत, हीच त्या अंतरात्म्याची खरी ताकद! ह्यालाच तर दैवी गुण म्हणतात ज्याच्यासाठी सर्वजण एकच आहेत फक्त वैयक्तिक पातळीवर मनुष्य वेगवेगळा आहे. हा सुप्त दैवी गुण प्रत्येकामध्ये असतो; परंतु मनुष्याची स्वार्थीवृत्ती, लालसा आणि कामना यांची सावली त्यावर पडलेली असल्याने तो झाकला गेलेला असतो.

नि:स्वार्थपणे केलेले कार्य हे सदैव सर्वोच्च असते. सर्व मनुष्यमात्रास जर हे जाणवले की, आपण सर्वांनी एकमेकांच्या साहाय्यासाठी जगणे हेच खरे दैवी जगणे आहे, तर मग कोणतीही आपत्ती, संकट आपल्या एकत्वास हानी पोहचवू शकत नाही. जे असे नि:स्वार्थवृत्तीचे असतात ते या वैश्विक शक्तीचे निर्माते आणि तिला सबळ करणारे असतात. अशी ही वैश्विक शक्ती पृथ्वीवरील सर्वांसाठी उपलब्ध असते. असे लोक शक्तिमान आणि समाधानी असतात.

उजळणी

१. स्वत:मध्ये अथवा दुसऱ्यांत कनिष्ठता, दुर्बलता पाहू नका,

२. नैसर्गिक आपत्तीच्या वेळी आणि अन्य प्रकारच्या अडचणींमध्ये दुसऱ्यांच्या मदतीसाठी धावून जा,

३. नि:स्वार्थपणे केलेले कार्य हे सदैव सर्वोच्च असते,

४. नि:स्वार्थवृत्तीचे लोक शक्तिमान आणि समाधानी असतात.

क्रोध व लालसेच्या आवेगात वाहून न जाता शांत, संयत राहा व मग कृती करा.

पाठ पाच.

क्रोध आणि लालसेपासून सुटका.

(आजच्या वर्गासाठी प्राध्यापकांनी एका रमणीय समुद्रकिनाऱ्याची निवड केलेली आहे. लाटांचा किनाऱ्याशी चालू असलेला अवखळ खेळ मुलांना आनंदीत करत असतानाच प्राध्यापक पुढे शिकवणे सुरू करतात)

शिक्षक :- आपण प्रत्येकजण मुक्त व समाधानी जीवन जगण्याचे स्वप्न बघत असतो. त्यासाठी तुम्ही क्रोध आणि लालसेबाबत सजग होणे, त्याविषयी जाणून घेणे गरजेचे आहे.

विद्यार्थी :- सर, बऱ्याचवेळा काही प्राप्त करण्याची लालसा आणि एखाद्या गोष्टीविषयीचा राग आम्हाला एखादे कार्य करण्याची ऊर्मी देतो, प्रेरणा देतो.

शिक्षक :- नाही नाही! या दोन्ही गोष्टी अस्थिर व चंचल आहेत. त्यांना तुम्ही तुमच्या कर्तव्यामागील प्रेरणा अजिबात बनू देऊ नका. थोडक्यात म्हणजे काम करताना त्यातून अपेक्षित /अनुकूल असंच घडेल अथवा काही प्रतिकूल घडेल, या दोनही प्रकारच्या किंवा अन्य देखील कोणतीही अपेक्षा न ठेवता फक्त कर्तव्य म्हणून ते उत्तम रीतीने करणे.

विद्यार्थी :- सर, पण हे कसं शक्य आहे? कुठल्या ना कुठल्या प्राप्तीशिवाय, फळाशिवाय काम हे करता येणेच शक्य नाही. किंवा खरं तर कोणतेही काम हे एखादी अपेक्षापूर्तीसमोर ठेवूनच तर केले जाते. मी तर पार गोंधळून गेलो आहे.

शिक्षक :- आज तुम्हाला या समुद्रकिनारी घेऊन येण्याचे कारणच तर समजावून सांगणे आहे. जरा या अथांग सागराकडे पाहा. त्यावर उठणाऱ्या लाटांची गाज ऐकू येते आहे तुम्हाला? पण तरीही त्याचवेळी नीरव शांतता पण आपण अनुभवतो. केवळ अशा शांततेतच अंतरात्मा त्याचे कार्य करू शकतो. पृष्ठभागावरील लाटांच्या जाण्या-येण्याच्या क्रियेतून होणारा आवाज, ती गाज आपणास ऐकू येते; परंतु खोल अगदी खोल पातळीवर हा सागर अगदी शांत असतो.

अगदी याच तऱ्हेने आपली इंद्रिये लालसा आणि क्रोध यांनी उसळी मारून वर येणे, खाली जाणे हे घडवून आणण्यास कारणीभूत असतात. हीच ती दोन कारणे आहेत ज्यामुळे आपल्या अंतरंगात खळबळ, उलथापालथ निर्माण होत असते. यांना जर तुम्ही काबूत ठेवू शकला तर मग तुमचे प्रत्येक कार्य वैयक्तिक लाभाच्या अपेक्षेपासून मुक्त राहिल्याने उत्तम व शुद्ध रीतीने पार पडेल आणि मग साहजिकच त्याचे कोणतेही विपरीत परिणाम घडणार नाहीत. वैयक्तिक लाभाच्या अपेक्षा किनाऱ्यावर सोडून द्या आणि या सागराप्रमाणे क्रोध, लालसारूपी लाटांच्या आंदोलनांपासून/ परिणामांपासून मुक्त राहा.

विद्यार्थी :- पण सर, क्रोध आणि लालसा हे योग्य रीतीने कर्म करण्यात अडथळा कसा निर्माण करतात?

शिक्षक :- सांगतो! क्रोध आणि/किंवा इच्छा मनात बाळगून काम केले तर काय होते ते सांगतो. परीक्षेत चांगले मार्क न मिळाल्याने किंवा सांगितलेले एखादे काम नीट न केल्याने जेव्हा तुम्हाला बोलले जाते तेव्हा तुम्हाला राग येतो. तुम्ही बोलणाऱ्या व्यक्तीस मनात म्हणता 'असं आहे का? माझ्यावर विश्वास नाही ना? ठीक आहे, तर आता पाहाच तुम्ही, मी दाखवतोच तुम्हाला चांगले मार्क कसे मिळत नाहीत ते किंवा हे काम कसे उत्तम रीतीने होत नाही ते'. तुमच्या या 'दाखवून देण्याच्या' दृष्टिकोनानेच सर्व गडबड होते. कारण मग तुम्ही असा दृष्टिकोन बाळगून केलेल्या कामाचे परिणाम, निष्पत्ती ही असा दृष्टिकोन बाळगण्याच्या आधी केलेल्या कामाच्या परिणामांपेक्षा, निष्पत्तीपेक्षा जास्त हानिकारक, विनाशकारी होतात. तात्पर्य, वैयक्तिक अपेक्षा न ठेवता सर्वोत्तम रीतीने कार्य कराल तर ते निश्चितच योग्य कार्य सिद्ध होईल.

विद्यार्थी :- असा विचार करणे ठीक आहे सर, पण तसं करणे शक्य नाही. हे कसे समजेल बरं?

दुसरा विद्यार्थी :- ही लालसा काय आहे ? ती कशी ओळखावी ?

शिक्षक :- अरे हो हो, सांगतो की मी.

अन्य विद्यार्थी :- पण सर आपल्या काही मूलभूत गरजा पण तर असतात ना ?

शिक्षक :- हो हो, मी तुमच्या सर्व प्रश्नांना उत्तरं देणार आहे. यातल्या काही प्रश्नांचे एकत्रित उत्तर देईन, चालेल ?

सर्व विद्यार्थी एकत्रितपणे :- हो सर चालेल.

शिक्षक :- ठीक आहे तर मग. खरोखर आपल्या काही मूलभूत गरजा आहेत. उदाहरणार्थ वस्त्र/कपडे, शाळेचा गणवेश. पण किती लागतात हे ? शाळेव्यतिरिक्त वापरायचे दोन तीन सेट, शाळेच्या गणवेशाचे दोन तीन सेट! पण आपण गरजेपेक्षा भरपूर खरेदी करत सुटतो. तसंच शाळेत येण्या-जाण्यासाठी समजा सायकल घ्यायची आहे तर ती रेसिंग सायकल घेणे गरजेचे आहे का ? का दोन्ही प्रकारच्या घ्यायच्या ? अशा जास्तीच्या वैयक्तिकसुखाच्या गरजा नकळत पूर्ण केल्या जातात. काही श्रीमंत मुलांना तर कार आणि ड्रायव्हर हवा असतो. आपल्याला कळतच नाही की ही गरजेपोटीची मागणी न राहता चैनीची मागणी झाली आहे. ज्यांची ऐपत आहे असे काही लोक तर वेगवेगळ्या प्रसंगासाठी वेगवेगळ्या मोटर कार खरेदी करतात. अशी चैन, अति चैन म्हणजेच हव्यास /लालसा होय.

तेव्हा, तुमची वास्तविक गरज जाणून घ्या, तिचे भान ठेवा आणि कोणत्याही प्रकारच्या चैनीची निवड करू नका. अशा चैनीची इच्छा आपण विद्यार्थ्यांनी बाळगली आणि तिची पूर्तता नाही झाली की आपल्याला राग/क्रोध येतो. आपण आपल्या मित्रांशी, आई-वडिलांसह घरातील इतर सदस्यांशी देखील त्यासाठी भांडतो. यामुळे घराच्या खर्चाच्या अंदाजपत्रकावर ताण येतो, ते बिघडते. घरातील इतर मुलांना पण मग तशीच इच्छा होते, ते अस्वस्थ/उत्तेजित होतात, घरातील सर्व वातावरण ढवळून जाते, बिघडून जाते. क्रोध आणि लालसा अशा रीतीनेच पसरत जातात.

विद्यार्थी :- हो सर, आता आम्हाला गरज, चैन आणि लालसा यामधील फरक नीट लक्षात आला आहे. आणि हेही कळले आहे की आम्हां विद्यार्थ्यांनी केवळ आणि केवळ गरजेचा विचार केला पाहिजे आणि ती चैन आणि लालसेत रूपांतरित होत नाहीना याची काळजी घेतली पाहिजे.

शिक्षक :- अगदी बरोबर. गुणवान विद्यार्थ्यांचा दृष्टिकोन असाच असायला हवा. तुम्हाला याची पण जाण असेलच की असंख्य विद्यार्थ्यांना या मूलभूत गरजांपासून देखील वंचित राहावे लागते. या सर्वांची जाणीव ठेवून जर तुम्ही तसे वागू लागलात तर शांत राहात, सशक्त व ज्ञानी व्यक्तीमत्त्वाचे बनण्याचे दिशेने वेगाने प्रगत व्हाल.

उजळणी

    १. कुठल्याही फळाची अपेक्षा न करता कर्म करा,

    २. कुणावर छाप पाडण्यासाठी किंवा काही सिद्ध करण्याचे हेतूने कोणतीही गोष्टव काम करू नका तर स्वतःच्या प्रगती, उन्नतीसाठी करा,

    ३. गरज, चैन आणि लालसा यामधील फरक नीट लक्षात घ्या.

पाठ सहा.

स्वातंत्र्य आणि स्वयंशिस्त.

(आज मुलांचा वर्ग शहरातील सुप्रसिद्ध विश्वविद्यापीठ 'नॅशनल युनिव्हर्सिटीच्या' प्रांगणातील हिरवळीवर भरलेला आहे. मुलांना जणू चैतन्याचा संसर्ग झालेला असावा इतकी ती उत्साहित आहेत. विद्यार्थी स्थिरस्थावर होताच प्राध्यापकांनी शिकविण्यास सुरुवात केलेली आहे)

शिक्षक :- मुलांनो आज मी तुम्हाला या विश्वविद्यालयात एका विशिष्ट हेतूने घेऊन आलो आहे. हे विश्वविद्यालय विद्येचे, ज्ञानाचे माहेरघर आहे. येथे सर्व विद्यार्थ्यांना त्यांचे सामाजिक स्थान, जात-पात, धर्म या कशाचाही विचार न करता एकसारखे ज्ञानदान केले जाते. आज जग हे संकुचित आणि अनेक बाबतीत विभक्त झालेले आपण पाहतो. आज प्रत्येकाने संकुचित विचार, संकुचित धारणा, बंदिस्त वृत्ती या सर्वांच्या पलीकडे जाऊन विशाल जागतिक स्तरावर विचार करायला हवा.

येथील विश्वविद्यालयांना जगभरातील देशांची मान्यता प्राप्त झालेली आहे. अनेक देशांमधील विद्यार्थी उच्च शिक्षणासाठी इथे येतात. अशीच विश्वविद्यालये अन्य देशांमध्ये पण आहेत, जिथे इथले विद्यार्थी शिकण्यासाठी जातात. प्रत्येकाने वैश्विक व्यक्तिमत्त्व विकसित करून जागतिक दृष्टिकोन असलेली व्यक्ती बनणे गरजेचे आहे. केवळ स्वतःची वैयक्तिक ओळख निर्माण करण्याच्या पलीकडे जाऊन वैश्विक विद्यार्थी, व्यक्ती बनायला हवे. पण हे साध्य करण्यासाठी शिस्तबद्ध जीवनशैली स्वीकारणे आवश्यक आहे. तुमच्यापैकी किती जणांना शिस्त आवडते ?

एक विद्यार्थी :- सर, मला नाही आवडत. कारण घरीदारी, शाळेत, कोणी ना कोणी सतत आम्हाला शिस्त पाळायला सांगत असतो.

अन्य विद्यार्थी :- सर, मला देखील तसंच वाटतं. मला मुक्तपणे स्वातंत्र्याची मजा अनुभवायची आहे.

शिक्षक :- मी आधी स्वयंशिस्तीबाबत बोलत आहे. अभ्यास, खेळकूद, आहार-विहार, व्यायाम ही तुमची प्रमुख कर्तव्ये आहेत ना ? ही तुम्ही स्वतः होऊन पार पाडणार की आई-वडील, शिक्षक यांनी सांगितले तरच पार पाडणार ? नाही ना ? कारण तुम्हाला हे कळते की ही सर्व कर्तव्ये स्वतः होऊन पार पाडण्याची शिस्त जर तुम्ही अंगी बाणवली नाही तर तुमचे आयुष्य भरकटलेच म्हणून समजा. तसेच कोणी जर या चार पैकी केवळ एकाच कामावर दिवसभर लक्ष केंद्रित करेल तर इतर कामांच्या समन्वयाची शिस्त न राखल्याने तो भरकटत जाणार.

आपल्यावर शिस्त ही काही सदोदित कोणी लादत नसतो. आपल्या व्यक्तिमत्त्वाचा उत्तम विकास करायचा असेल तर ती आपण स्वतः अंगी जोपासायला हवी.

आता तुमच्या स्वातंत्र्याबद्दलच्या बोलण्याकडे वळू. एक विचारू ? तुम्हाला नेमके कशापासून स्वातंत्र्य हवे आहे ? आणि स्वातंत्र्याविषयी तुमची नेमकी संकल्पना काय आहे ? सर्वप्रथम तुम्ही ज्ञानप्राप्तीप्रत असलेल्या अनास्थेपासून, अज्ञानापासून स्वातंत्र्य मिळवायला हवे. पक्ष्याच्या शरीरात 'ब' जीवनसत्व कमी झालं की तो पंखांची फडफड करू लागतो. त्याच्या त्या क्रियेला त्याची ती स्वातंत्र्यासाठी धडपड चालू आहे असे समजणे हे चूक आहे. तेव्हा आधी स्वातंत्र्याचा खरा अर्थ काय आहे ते जाणून घेणे गरजेचे आहे.

अज्ञानापासून स्वातंत्र्य मिळविणे यामध्ये आपले शारीरिक आणि मानसिक स्वास्थ्य उत्तम राखणे तर अंतर्भूत आहेच पण त्याव्यतिरिक्त आपल्या सभोवतालच्या बाह्य जगातातील आणि अंतस्थ क्षेत्रातील गोष्टी जाणून घेणे हे देखील समाविष्ट आहे.

तुम्ही सुखाच्या उपभोगासाठी जी स्वातंत्र्याची इच्छा बाळगत आहात त्यामुळे शेवटी काही नवनिर्मिती होण्याचे थांबेल व तुमची नवनिर्मितीची क्षमता पण शेवटी शून्यावर येईल.

विद्यार्थी :- सर, शिस्त ही सतत पाळली पाहिजे की आम्हाला वाटेल तेव्हा ?

शिस्त ही कोणी लादत नसतो. जर व्यक्तिमत्त्व विकास, प्रगती करायची असेल तर स्वयंशिस्त अंगी जोपासायला हवी.

शिक्षक :- याचे उत्तर देखील तेच आहे. आपण जर आपल्यातील कमतरता आणि अज्ञान यात समाधान मानत राहिलो तर मग याचा शेवट दुःखात होणार. त्यामुळे कोणी तुमच्यातील त्रुटींविषयी तुम्हास सांगत असेल तर ते जाणून घेणे फायद्याचे नाही का? स्वतःमधील कमतरता आणि अज्ञान या पासून मुक्तता म्हणजेच खरे स्वातंत्र्य नव्हे का? तुम्हाला असे स्वातंत्र्य नेहमी करता हवे आहे ना?

विद्यार्थी :- हां हे कळले आता सर! पण जर कोणी शिस्तीची सक्ती करत असेल तर काय?

शिक्षक :- या म्हणण्यात तथ्य आहे. विशिष्ट स्थितीत, विशिष्ट प्रकारच्या शिस्तीची कधीकधी अशी सक्ती केली जाते. पण व्यक्तीने तिच्याकडे सक्ती म्हणून न पहाता स्वतःच्या प्रगतीचे साधन / संधी म्हणून पाहिले पाहिजे आणि तिचा खुषीने स्वीकार केला पाहिजे.

तुम्ही याबाबत एखाद्या नामवंत मुष्टियोद्ध्याला, खेळाडूला, नर्तकाला, गायकाला, अभिनेत्याला, मिलिटरी कमांडोला किंवा संशोधकाला, त्याच्या उमेदवारीच्या कालावधीत त्याच्या शिक्षकाकडून केल्या गेलेल्या अशा शिस्तीच्या शक्तीस सामोरे जावे लागले होते का असे जर विचारले तर ते नक्कीच हो म्हणतील. खेळाडूंना त्यांच्या शारीरिक क्षमतेवरच्या अकल्पनीय ताणांस सामोरे जावे लागते, गायकांना रात्रंदिवस तास-न्-तास रियाझ करावा लागतो, अगदी अशाच परिस्थितीस नर्तक आणि अभिनेत्यांना सामोरे जावे लागते. या सर्वांना ते उद्दीष्ट्य साध्य व्हावे यासाठी शिस्तीची सक्ती केली जाते. परंतु ते सर्वजण त्याला सक्ती म्हणून न पाहता प्रगतीसाठी असलेली संधी, साधन म्हणून त्याचा आनंदाने स्वीकार करतात आणि आपआपल्या क्षेत्रात उंची गाठतात. त्यांनी जर स्वातंत्र्याचे कारण करून, लहरीपणा केला असता तर त्यांना अशी उंची गाठणे आयुष्यात कधीच शक्य झाले नसते.

विद्यार्थी :- सर, जरा सोपे करून सांगता का? शिस्त हा प्रकार मला जरा भीतीदायक वाटतो.

शिक्षक :- सोपं आहे. स्वयं शिस्तीची सवय करा, त्या व्यतिरिक शिक्षक, तज्ज्ञ आणि पालकांद्वारे जी शिस्त सांगितली जाते तिचा, सक्ती न समजता आनंदाने आवश्यक गरज म्हणून स्वीकार करा.

विद्यार्थी :- हं आता कळले सर. पण सर काही गोष्टी दररोज एकाच वेळी आणि सातत्याने करणे जरुरी असते का?

शिक्षक :- सातत्याने नेहमी फायदाच होत असतो. सातत्य अंगिकारल्याने शरीर व बुद्धी सतेज होते आणि आपली क्षमता वाढून उत्तम कामगिरीस मदत होते. 'सशक्त देहात सशक्त बुद्धी' ही उक्ती तर तुम्ही ऐकली असेलच. शिस्तीमुळे आपली सहनशीलता वाढते आणि आपल्या शारीरिक, बौद्धिक आणि मानसिक क्षमता देखील वाढतात.

हे मुष्टियोद्धे, खेळाडू, नर्तक, गायक, अभिनेते, मिलिटरी कमांडो आणि संशोधक यांनी जर शिस्त मानायची नाही असे ठरविले तर तुम्ही ते मान्य कराल का? नाही ना? त्याचप्रमाणे शिस्तहीन व्यक्तीस कोणीच स्वीकारणार नाही.

तुमच्या सभोवतालच्या निसर्गाचे, सृष्टीचे निरीक्षण करा. सूर्याचे सकाळी उगवणे, चंद्राचे संध्याकाळी उगवणे, वाऱ्याचे वाहणे एकूणच निसर्गाच्या सर्वच कृतींमध्ये शिस्त आहे जशी ती आपल्या कामामध्ये असते.

शेवटी एकच सांगतो. आधी निदान अगदी साधी व्यक्ती बना पण अर्थातच हे ध्येय ठेवून की पुढे मला एक खास, विलक्षण वैश्विक व्यक्ती बनायचे आहे.

उजळणी

१. शिस्त ही कोणी लादत नसतो. जर व्यक्तिमत्त्व विकास, प्रगती करायची असेल तर स्वयंशिस्त अंगी जोपासायला हवी,

२. दुर्बलता, कमतरता आणि अज्ञानापासून मुक्तीसाठी स्वतःस सक्षम करा, तयार करा,

३. सृष्टीतील शिस्तीचे निरीक्षण करा आणि त्यातून ती शिका.

पाठ सात.

प्रकृतीची सुंदर वैशिष्ट्ये.

(शिक्षक आजचा वर्ग विस्तीर्ण आणि सुंदर अशा बगीच्यामध्ये घेत आहेत. निसर्गाच्या सान्निध्यात आल्यामुळे मुले खूप आनंदात आहेत. त्यातील काही चुणचुणीत मुलांनी आजचा विषय प्रकृती, निसर्गासंबंधी असेल असा अंदाज शिक्षकांकडे मोकळेपणाने व्यक्त केला. त्याला हलके हसून दुजोरा देत शिक्षकांनी पाठास सुरुवात केलेली आहे.)

शिक्षक :- काय मुलांनो कसं वाटतंय या नवीन ठिकाणी? आज आपण या बागेमध्ये महान विश्व निर्मात्याच्या असंख्य निर्मिती पाहायला आलेलो आहोत. अशा प्रकारच्या निर्मितींना मूर्तरूप देण्याच्या मानवाच्या क्षमता अगदीच मर्यादित आहेत. सांगा बरं, इथे तुम्हाला काय काय दिसत आहे ?

विद्यार्थी :- निळे आकाश, वृक्ष, फुलझाडे.

शिक्षक :- तुम्हाला विविध पक्षी, फुलपाखरे, कीटक पण दिसत आहेत ना ?

सर्व विद्यार्थी एकसाथ :- हो सर, हे सर्व पण दिसत आहेत आम्हाला.

शिक्षक :- पक्ष्यांची घरटी, मुंग्यांची वारुळे पण आहेत पाहा. हे बघा, हे एक घरटे तर किती सुंदर आहे! त्यातील आपले छोटे पंख फड-फडवीत, छोटेशी चोच उघडून आई-वडील त्यांच्यासाठी घेऊन येत असलेल्या चाऱ्याची आतुरतेने वाट पाहणारी ही इटुकली-पिटुकली दोन पिल्ले पाहिलीत? किती गोजिरवाणी दिसत आहेत नाही ?

विद्यार्थी :- हो हो सर, पिल्लांना भरविणारी ही आई पाहून किती छान वाटते आहे. आनंद होतो आहे.

शिक्षक :- मुलांनो तुम्ही अंदाज बांधू शकता का की, या पक्ष्यांना उडायला, घरटं बांधायला, पिल्लांना भरविण्यासाठी योग्य त्या चाऱ्याची निवड करायला, पिल्लांचे थंडी - ऊन - वारा - पाऊस तसेच इतर शत्रू यापासून संरक्षण करायला कोणी शिकवले असेल? इथे इतरही खूप प्राणी, जीवजंतू आहेत. या सर्वांना प्रजोत्पादन, पिलांचे संगोपन हे कोण बरं शिकवत असेल ? नीट लक्ष दिले तर तुम्हांला हे कळेल की त्यांची पण भाषा असते, आवाजाची आणि संकेतांची! हे सर्व ते काय आपल्यासारख शाळेत, वर्गात जाऊन शिकतात का ?

विद्यार्थी :- नाही सर.

शिक्षक :- प्रकृती आणि तिच्या निर्मात्याच्या सुंदर आणि अव्यक्त ज्ञानाची ही कमाल आहे. ही तीच ऊर्जा आहे जी प्रकृतीचे लालन-पालन करते, तिला आश्चर्यकारकरीत्या विकसित होण्यास मदत करते.

विद्यार्थी :- हो. पण सर, माणसांचे जीवन हे प्राणी, पक्षी आणि वनस्पतींच्या जीवनापेक्षा वेगळे असते हो ना ?

शिक्षक :- अगदी योग्य प्रश्न आहे हा. याचे रहस्य असे आहे की मानवात देखील त्याच सुम अव्यक्त ऊर्जेचा वास असतो. केवळ एक फरक असा आहे की, मानवाची बुद्धी त्यांच्यापेक्षा जास्त विकसित आहे. आणि म्हणून ज्या प्रकृतीचा आपणही एक हिस्सा आहोत त्या प्रकृतीचे संरक्षण आणि संवर्धन करणे ही आपली जबाबदारी आहे. पशु-पक्षी आणि वनस्पती सृष्टीत दखल न देणे, त्यात हस्तक्षेप न करणे निदान इतके तर आपण नक्कीच करू शकतो की.
हीच ऊर्जा जल, आकाश, वायू, पृथ्वी आणि अग्नी यांत आहे. सर्व काही या मूल (पाच) तत्त्वांनीच बनलेले आहे. चंद्र, सूर्य, तारे हे सर्व काही 'त्याचे' आहे, म्हणजे कुणाचे? या इथे माझा मथितार्थ 'तो विश्वनियंता' आणि त्याची निर्मिती हा आहे.

तुमच्यात अनंत ऊर्जेचे भांडार आहे.

आता जरा त्या फुलांच्या ताटव्याकडे पाहा बरं. काय दिसते आहे ?

विद्यार्थी :- त्यात मोगरा आणि गुलाब दिसत आहेत सर.

शिक्षक :- बस इतकंच ? जरा जवळ जाऊन त्यांचा वास घ्या पाहू.

विद्यार्थी :- अहाहा, किती सुंदर सुगंध आहे हा सर! अगदी मन मोहून टाकणारा आहे. मला तर या दोन्ही फुलांचे सुगंध खूप आवडतात.

शिक्षक :- त्यांचे ते प्रफुल्लित करणारे रंग तर पाहा. प्रत्येक फुलाचा रंग वेगळा असला तरी त्यांचे पोषण करणारी धरती मात्र एकच आहे. आहे की नाही सुम चमत्कार ? तुम्हाला नाही का तसं वाटत ?

विद्यार्थी :- हो सर. अशा वातावरणात आलो की एक नवीन ऊर्जा प्राप्त झाल्या सारखे वाटते खरे. म्हणूनच आमचे आई-बाबा पण अधूनमधून आम्हाला बागेत, समुद्रकिनारी नेत असणार आणि आत्ता तुम्ही पण त्याचसाठी आणले आहे ना आम्हाला इथे ?

शिक्षक :- अगदी बरोब्बर! उगवता सूर्य, तेजस्वी तारे, नद्या, पर्वत, समुद्रकिनारे, बाग-बगीचे हे सर्व आपल्याला ऊर्जा देत असतात. प्रकृतीतील हे निर्मिति आपल्याला केवळ ऊर्जाच देतात असे नाही तर ते तुमच्या विचार, विश्वास, त्याच्या क्षमतेस विशालता पण प्रदान करतात. आणि म्हणूनच हा लाभ आपल्याला सतत होत राहावा यासाठी आपण या साऱ्यांचे रक्षण केले पाहिजे. आपण त्यांना कोणत्याही स्वरूपाची हानी पोहचविता कामा नये. याउलट आपण आपल्या हितासाठी त्यांचे संरक्षण, संवर्धन केले पाहिजे; कारण त्यांचे अस्तित्वच तुमच्यासाठी आहे. ते असतील तर तुम्ही असाल.

एक लक्षात ठेवा, प्रकृतीमधील सौंदर्य, सामर्थ्य आणि मनोहरता हे सर्व, सामर्थ्यवान पुरुष/स्त्रिया, लेखक, कवी, ज्ञानी, गायक, कलाकार, कमांडो इत्यादींमध्ये पण स्थित असते. त्यांच्यातील सर्व गुणवैशिष्ट्ये ही या वैश्विक ऊर्जेमुळेच असतात, जी आपणा सर्वांमध्ये पण वाहत असते. यात काहीही फरक नसतो. आपण ज्या यशस्वी, महान व्यक्तींचा आदर करतो त्या व्यक्तींनी, या ऊर्जेचा योग्य रीतीने, वैश्विक व्यक्तिमत्त्व होण्यासाठी कसा विनियोग करायचा, हे जाणलेले असते हाच काय तो फरक असतो.

उजळणी

१. तुमच्यात अनंत ऊर्जा आहे जी अव्यक्त स्वरूपात आहे,

२. पंच महाभुतांमधील ऊर्जा तुमच्यामध्ये पण वास करत आहे,

३. सदैव सृष्टीच्या सान्निध्यात राहा, शरीराने आणि मनाने पण.

सर्वांगीण उन्नतीसाठी शारीरिक, मानसिक आणि भावनिक या तीनही भागांमधे संतुलन हवे.

पाठ आठ.

यशाचे सूत्र.

(आज शिक्षक मुलांना शहरामधील नावाजलेल्या व्यायामशाळेत- जिमन्याशियममध्ये घेऊन आलेले आहेत. इथे अनेक स्पर्धक त्यांच्या त्यांच्या क्षेत्रातील खेळाचा जोमाने सराव करत आहेत, अनेक शारीरिक व्यायाम करत आहेत. शिक्षकांनी मुलांना, त्या स्पर्धकांच्या सरावात बाधा किंवा व्यत्यय येणार नाही अशा रीतीने या सर्वांचे बारकाईने निरीक्षण, अवलोकन करावयास सांगितले आहे. थोड्याच वेळात शिक्षक शिकविण्यास सुरुवात करतात)

शिक्षक :- मुलांनो तुम्ही आपआपल्या क्षेत्रात प्राविण्य मिळवून यशवंत होण्याचे ठरविले आहे तेव्हा मग मी विचार केला त्या संबंधाने नवीन काही शिकायला मिळावे म्हणून इथे, या आंतरराष्ट्रीय दर्जाच्या व्यायामशाळेत तुम्हाला घेऊन यावे.

विद्यार्थी :- सर पण याच प्रकारच्या व्यायामशाळेत आणण्याचे काही खास कारण आहे का ?

शिक्षक :- असं पाहा, हे क्षेत्र असे आहे की ज्या ठिकाणी प्रथितयश खेळाडू, विविध प्रकारच्या शारीरिक कसोट्यांचा कस लागणाऱ्या खेळांमध्ये प्राविण्य मिळविण्यासाठी आवश्यक असणारी उच्चतम शारीरिक क्षमता प्राप्त करण्यासाठी येतात, त्यासाठी अथक आणि प्रचंड प्रयत्न करतात, मेहनत घेतात. हे साध्य करायचे असेल तर तीन मूलभूत गुण अंगी बाळगणे अत्यावश्यक आहे. हे केवळ याच क्षेत्राबाबत आहे असे नाही तर ते प्रत्येक आणि सर्व क्षेत्रास लागू होते. हे तीन गुण म्हणजे त्या कार्याप्रत एकाग्रता, समर्पण आणि भक्तिभाव. तसं आपण याबद्दल आधी बोललो आहोत पण मला वाटते की तुम्ही ते एकदा प्रत्यक्ष पाहावे. या सर्व खेळाडूंचे तुम्ही नीट अवलोकन, निरीक्षण करा.

विद्यार्थी :- हो सर. पण तुम्ही सांगितलेल्या एकाग्रता, समर्पण आणि भक्तिभाव याविषयी जरा सांगा ना.

शिक्षक :- कोणत्याही कामाच्या प्रगतीची सुरुवात होणे हे तुम्ही त्यात एकाग्र झाल्याशिवाय शक्य नाही. आता हे खेळाडू ज्या शारीरिक खेळाचा सराव करत आहेत त्यात तोल सांभाळण्यास अत्यंत महत्त्व आहे आणि त्यासाठी एकाग्रता अत्यावश्यक आहे. ती साधण्यात झालेली एक लहानशी चूक त्यांचेसाठी हानिकारक ठरेल. ते जखमी होऊ शकतात, त्यांना दीर्घ काळ विश्रांती घ्यावी लागू शकते, आवश्यक सरावाला ते मुकू शकतात, त्यामुळे प्राविण्य मिळत नाही आणि परिणामतः ते मागे पडू शकतात.

दुसरा गुण समर्पण ! जर स्पर्धकाच्या मनात सराव करते वेळी किंवा प्रशिक्षण घेत असताना कुठल्याही तऱ्हेच्या भीतीचा लवलेश जरी असेल तर तो पुढे जाऊच शकत नाही. त्यासाठी त्याने समर्पणाची सवय अंगीकारणे गरजेचे आहे. त्याची प्रशिक्षकावर, तो देत असलेल्या प्रशिक्षणावर, मदतीवर, मार्गदर्शनावर विश्वास आणि श्रद्धा असायला हवी. तशी ती तो बाळगून असेल तर तो अपेक्षेपेक्षाही उत्तम कामगिरी करू शकतो. मग त्याला प्रशिक्षकाकडून सतत भरपूर आणि उत्तम मार्गदर्शन, मदत मिळत रहाते. त्यामुळे प्रत्येक कार्यात ही मूलभूत आवश्यकता आहे.

तिसरा आवश्यक गुण आहे भक्तिभाव, जो या दोन्हींपेक्षा वरचा आहे असे म्हणावयास हरकत नाही. तुम्ही करत असलेल्या कामाविषयी परिपूर्ण भक्तिभाव आणि अढळ श्रद्धा असणे नितांत गरजेचे आहे. तुमच्या ध्येयप्राप्तीसाठी तुमचा सर्व वेळ, शक्ती आणि आंस कामास आणा.

या तीन गोष्टींवर तुम्ही अंमल केलात तर तुम्ही तुमच्या क्षेत्रात उत्तम प्राविण्य मिळवून यशवंत होणार याबाबत खात्री बाळगा.

विद्यार्थी :- सर हे जरा थोडं अजून एकदा समजावून सांगाल का ?

शिक्षक :- वर्गात शिक्षक शिकवत असताना तुम्ही जर एकाग्रतेने लक्ष दिले नाही, घरी एकाग्र होऊन अभ्यास केला नाही तर परीक्षेच्या वेळी तुम्हाला उत्तर लिहिताना संपूर्ण अभ्यास आठवणार नाही आणि मग तुमचे उत्तर परिपूर्ण असणार नाही. जिमनॅस्ट असाल तर खेळाच्या

स्पर्धेचा सराव करताना एकाग्र नसाल तर तोल जाऊन पडाल. इतर वेळी देखील कोणतेही काम करताना ते एकाग्रतेने करत नसाल तर अपघात घडू शकतो. अगदी बोलताना, चालताना, खाताना, खेळताना सुद्धा एकाग्र असणे गरजेचे आहे. अशी असंख्य उदाहरणे मी देऊ शकतो, ज्यावेळी एकाग्र असणे अगदी गरजेचे आहे. कुठलेही ध्येय गाठण्यासाठी हे अत्यावश्यक आहे हे आता तुम्हाला कळले असेलच ?

विद्यार्थी :- हो सर. आता समर्पण आणि भक्तिभाव या बद्दल पण थोडे सांगाना सर.

शिक्षक :- समर्पणाने एकाग्रता साधण्यास मदत होते हे माहीत आहे का तुम्हाला ? हाती घेतलेल्या कामाप्रती पूर्णार्थिने समर्पित होणे यालाच समर्पण म्हणतात. त्या कामातील मार्गदर्शनासाठी तुम्ही तुमच्या मार्गदर्शकास पूर्ण समर्पित होणे गरजेचे आहे तरच तो तुम्हाला योग्य मार्गदर्शन आणि मदत करू शकेल. तुम्ही तुमच्या मर्जीनुसार एकाग्र होण्याचा प्रयत्न करता पण जो मार्गदर्शक तुमच्यातील सुप्त क्षमतांना पुढे आणून उत्तम मार्गदर्शन करू शकतो त्याच्या प्रति समर्पण पूर्ण नसेल तर मात्र काही उपयोग नाही.

आणि सर्वांत शेवटची पण सर्वांत महत्त्वाची गोष्ट आहे भक्तिभाव ! मार्गदर्शक असला तरी त्याच्या अनुपस्थितीतही तुम्ही 'हाती घेतलेले काम मला भक्तिभावाने पूर्ण करायचे आहे' असाच सतत विचार केला पाहिजे. तुम्ही त्यासाठी तुमचा वेळ, तुमची साधने यांचा पूर्ण क्षमतेने उपयोग करून श्रद्धा आणि विश्वासाने पुढे जायला हवे. आणि हे तुमचे तुम्ही अंगी बाणवले पाहिजे.

'पूर्ण जाणकारी घेऊन विचारपूर्वक आणि श्रद्धेने कार्य करणे' ही यशस्वी आणि उल्लेखनीय कार्यसिद्धीची गुरुकिल्ली आहे'. एकाग्रता, समर्पण आणि भक्तिभाव याशिवाय असे कार्य घडूच शकत नाही.

मी पुन्हा पुन्हा हेच सांगीन की 'पूर्ण जाणकारी घेऊन विचारपूर्वक आणि श्रद्धेने कार्य करणे' ही यशस्वी आणि उल्लेखनीय कार्यसिद्धीची गुरुकिल्ली आहे'

उजळणी

१. सर्वांगीण उन्नतीसाठी शारीरिक, मानसिक आणि भावनिक या तीनही भागांमध्ये संतुलन हवे,

२. तुमच्या शारीरिक, मानसिक आणि भावनिक अवस्थेविषयी जाणीव असू द्या, जागरु कता असू द्या,

३. पूर्ण जाणकारी घेऊन विचारपूर्वक आणि श्रद्धेने कार्य करणे ही यशस्वी आणि उल्लेखनीय कार्यसिद्धीची गुरुकिल्ली आहे

पाठ नऊ.

परिवर्तनासाठी प्रार्थना.

(आजचा वर्ग असाधारण, वेगळ्याच ठिकाणी भरत आहे. शिक्षक सर्व विद्यार्थ्यांना एका पडीक, नापीक शेतावर घेऊन आले आहेत. विद्यार्थी विचारात पडले आहेत की ज्या ठिकाणी काही झाडं-झुडूप नाही, पशु-पक्षी नाहीत अशा ठिकाणी आणून सर आपल्याला काय बरं शिकवणार आहेत ? या अपेक्षेने ते शिक्षकांकडे पाहत असतानाच शिक्षक संवादास सुरुवात करतात)

शिक्षक :- मुलांनो आज आपण या पडीक, नापीक शेतात आलो आहोत. आपण असे ऐकत आणि पाहत आलो आहोत की या ठिकाणी अत्यंत तुरळक प्रमाणात काही उगवते किंवा बऱ्याच वेळा अजिबातच काही उगवत नाही.

विद्यार्थी :- हो सर, खरंय ते. माझे आजोबा पण सांगत असतात की, गेल्या कितीतरी काळापासून ही जागा पडीक आहे, नापीक आहे. इथे ना काही उगवत ना कुणी इकडे फारसे फिरकत. आम्ही कधी-मधी फक्त खेळण्यासाठी येतो.

शिक्षक :- बरोबर, पण तुम्ही कल्पना करू शकाल का की, जर आपण मनात आणले व आवश्यक अभ्यास, मनोनिग्रह आणि एकाग्रता यांना आपल्या श्रद्धा व प्रयत्नांची जोड दिल्यास फळं-फुलं, भाजीपाला आणि इतरही वनस्पती याठिकाणी फुलवू शकतो ?

विद्यार्थी :- अशक्य आहे हे सर ! या आधी काही जणांनी प्रयत्न केले होते पण कोणालाच थोडे देखील यश मिळाले नाही.

शिक्षक :- त्या संबंधीच तर मला तुम्हाला काही सांगायचे आहे. त्या प्रयत्नांमध्ये कशाची कमतरता झाली असेल तर ती म्हणजे यशाविषयीचा विश्वास, हाती घेतलेल्या कामाविषयीचे पूर्ण ज्ञान, ते करण्यासाठीची एकाग्रता आणि त्या कामाविषयीची श्रद्धा यांचा अभाव!

विद्यार्थी :- सर, हे जरा समजावून सांगा ना.

शिक्षक :- प्रार्थनेशिवाय केलेल्या त्या प्रयत्नांना यश कसे येणार ?

विद्यार्थी :- म्हणजे काय ? प्रार्थना तर केवळ धार्मिक ठिकाणीच करतात ना ?

शिक्षक :- तशा अर्थाची प्रार्थना नव्हे. आपण हे शिकलो आहोत की, जमीनच आपल्याला वृक्ष, फळे-फुले, धान्य, भाजीपाला वगैरे वगैरे देते. एका अर्थाने ती आपला जीवनस्रोतच आहे; म्हणून आपण तिचा कस राखून, वाढवून तिला म्हणजेच आपल्या जीवनदात्रीला, जीवनदान दिले पाहिजे. ती आपली निसर्ग माता आहे.

विद्यार्थी :- सर, म्हणजे याच अर्थ असा आहे का की, आपण प्रार्थना करताच ती हे सर्व आपल्याला देऊ लागेल ?

शिक्षक :-   मी तुम्हाला आधीच सांगितले आहे की ही तशा स्वरूपाची प्रार्थना नाही. या कामाविषयीचे पूर्ण ज्ञान, एकाग्रता आणि श्रद्धा बाळगून आपण निश्चितच या ठिकाणी काही उगविण्यात सफल होऊ शकू. आपल्या या अशा प्रामाणिक प्रार्थनेनंतर ती सुपीक होईल आणि मग ती आपल्याला तिच्या आशीर्वादरूपी फळ-फुलांची भेट नक्कीच देईल.

विद्यार्थी :- पण अशा नापीक जमिनीस सुपीक कसे बनवायचे सर ?

शिक्षक :-   अर्थातच खतपाणी देऊन, वेळोवेळी तिची मशागत करून. असे केल्याने सूक्ष्म जीव-जंतू, की टक आणि गांडुळांसारख्या जीवांची वाढ होऊन त्यांच्यामुळे माती मोकळी होऊन प्राणवायू खेळू लागेल आणि ती सुपीक होत जाईल. ही प्रक्रिया पूर्ण होण्यासाठी

श्रम व श्रद्धेने उजाड, नापीक जमीन देखील सुपीक बनविता येते.

एखाद-दोन वर्षांची प्रतीक्षा करावी लागू शकते. मग त्यानंतर सुरुवातीला आपण कमी पाणी व कमी पोषणमूल्य लागणाऱ्या भाजीपाल्यांची लागवड त्यात करू शकतो. कालांतराने हळूहळू आपण त्यात जास्तीची लागवड पण करू शकतो. हे सर्व मी माझ्या स्वतःच्या पडीक, नापीक जमिनीमध्ये केलेलं आहे, ज्यामुळे त्या जमिनीचे सुरेख सुपीक जमिनीमध्ये रूपांतर झाले आहे. त्या धरणी मातेने अनेक प्रकारची फळे, भाजीपाला मला भरपूर प्रमाणात दिला आहे, जसे की केळी, पपई, भोपळे, विविध फुले इत्यादी इत्यादी.

विद्यार्थी :- पण सर, यात प्रार्थना तर कुठे आलीच नाही ?

शिक्षक :-   अरे मुलांनो हीच तर खरी प्रार्थना आहे. तिला सुपीक बनण्याची प्रार्थना करता करता आपण तिला तसे बनविण्यासाठी नेटाने, निश्चयाने प्रयत्न सुरू करतो. प्रार्थनेचे फळ हे मिळतेच. आपल्या प्रेमयुक्त, श्रद्धायुक्त, प्रामाणिक, ज्ञानयुक्त व प्रयत्नरूपी प्रार्थनेस ती भरघोस उत्पन्नरूपी आशीर्वाद देऊन फळ देत असते.

मात्र हे सर्व तुम्ही वर सांगितल्यानुसार तिला सुपीक बनवून जीवनदान देण्याच्या ध्येयाने प्रेरित होऊन श्रद्धायुक्त, प्रामाणिक व ज्ञानयुक्त प्रयत्नांद्वारे केले पाहिजे. तसे केले तर त्याचा लाभ केवळ तुम्हालाच न मिळता इतर पशु-पक्षी, कीटक, प्राणी सर्वांनाच होतो. आणि मग या सर्व पशु-पक्षी, कीटक, प्राणी यांच्यामुळे ती जास्तीत जास्त सुपीक बनू लागते.

हेच तुमच्या प्रार्थनेविषयक प्रश्नाचे उत्तर देखील आहे. तुम्ही या स्वरूपाची प्रार्थना करीत असताना, ज्या तऱ्हेचे, ज्या स्वरूपाचे काम करीत आहात त्याविषयी प्रामाणिकता आणि श्रद्धा बाळगणे जरूर आहे. त्यासाठी प्रत्येकजण वापरत असलेली साधने वेगवेगळी असू शकतील परंतु त्याद्वारे सर्वांना मिळणारा लाभ मात्र एकसारखाच असेल. ही सर्व कामे या रीतीने करणे ही जणू या धरती मातेची शरीराने, मनाने आणि भावनेने केलेली प्रार्थनाच होय.

या विद्यार्थिदशेत असताना तुमची जडणघडण एकप्रकारे या नापीक जमिनीप्रमाणेच असते. सुरुवातीस तुम्ही तुमच्या पालकांच्या, समाजाच्या, देशाच्या वा या जगतासाठी काही करण्याची क्षमता नसलेले, अज्ञानी आणि अनभिज्ञ असे असता. पण जर तुम्ही स्वतःच्या उत्तम शारीरिक, मानसिक आणि भावनिक व्यक्तिमत्त्वाच्या जडणघडणीसाठी श्रद्धायुक्त, प्रामाणिक व ज्ञानयुक्त प्रयत्न करून, कष्ट घेऊन मशागत केली तर ही नापीकी जाऊन तुम्ही सुपीक जमिनीप्रमाणे समृद्ध होता आणि मग त्याचा लाभ तुमच्याबरोबर तुमचे पालक, समाज, देश आणि विशाल जगाला देखील चांगल्या प्रकारे होऊ शकतो.

तुमच्या अशा प्रार्थना आणि प्रयत्नांमधील सातत्यामुळे तुम्ही अनेक क्षेत्रांमध्ये सक्षम व्हाल. हे करीत असताना तुमच्याजवळ जी आणि जेवढी साधने असतील त्यांचा पूर्ण क्षमतेने वापर करा. त्यातील कमतरतेचा विचार न करता, ती कधी भरून निघेल याची वाट न पाहाता, ते आव्हान समजून स्वीकारून प्रयत्न करीत राहा मग यश हे तुमचेच आहे.

उजळणी

१. निसर्गाची काळजी घेणे ही देखील एकप्रकारे प्रार्थनाच आहे,

२. श्रद्धा आणि प्रेमाने जमिनीची मशागत केली, काळजी घेतली तर ती त्या बदल्यात तुम्हाला फळे, भाजीपाला, धान्य रूपात आशीर्वाद देते,

३. साधनांची कमतरता असेल तरी तुम्ही तुमच्या सर्वोत्तम प्रयत्नाने तेच परिणाम मिळवू शकता.

अधिकाधिक ऊर्जा प्राप्तीसाठी तुमच्यातील ऊर्जेचा उत्तम विनियोग करा.

पाठ दहा.

सृष्टीची वैश्विक शक्ती आणि ऊर्जा.

(मुलांच्या पालकांची, त्यांच्या शाळा प्रमुखांची आवश्यक ती परवानगी घेऊन शिक्षक आज मुलांना घेऊन एका पर्वत रांगेतील डोंगर माथ्यावरील गावात असलेल्या वनस्पती उद्यानात, बोटॅनिकल गार्डनमध्ये आले आहेत. तिथे येताच त्यांनी मुलांशी संवाद सुरू केला आहे)

शिक्षक :- मुलांनो, आपण या आधी एका छोट्या बागेत गेलो असताना तिथे निसर्गाच्या, प्रकृतीच्या तेजाची, शक्तीची छोटीशी झलक अनुभवली होती. आज या हिल स्टेशनला आपण तिच्या याच गुणांचा विशाल प्रमाणावरील आविष्कार अनुभवण्यासाठी आलो आहोत. सांगा बरं या उंच ठिकाणावरून जिथंपर्यंत नजर जाते तिथंपर्यंत काय-काय दिसतं आहे तुम्हांला ?

विद्यार्थी :- खूपच सुंदर दृश्य आहे सर हे ! तो मोठा धबधबा, ते घनदाट, निबिड अरण्य. सर्वच खूप रमणीय आहे आणि शिवाय ही थंड शुद्ध हवा ! इथे येत असताना वाटेत अनेक प्रकारचे वृक्ष, औषधी वनस्पती, विविध मसाल्याची झाडे, असंख्य प्रकारचे पक्षी, त्यांचे वेगवेगळ्या आवाजातील गुंजन, विविधरंगी फुले आणि फुलपाखरे, मधमाश्यांची पोवळी ! किती किती आणि काय काय पाहिले याचे मी तर आता वर्णन पण करू शकत नाही. पण घरी गेल्यावर मात्र मी या हिल स्टेशन वरील अनुभवांची सविस्तर माहिती लिहून ठेवणार आहे सर.

शिक्षक :- शाब्बास ! खरंतर तुम्ही सर्वांनीच हे विलोभनीय अनुभव आप-आपल्या शब्दांत जरूर नोंदवून ठेवावेत. इथले बोटॅनिकल गार्डन हे जसे पर्यटकांसाठी आहे तसेच इथे शेती आणि फलोत्पादन विषयात संशोधन करणारे संशोधक देखील येत असतात.

या निर्मिती मागे नेमकी कोणती शक्ती आहे बरे जिच्या सौन्दर्य, क्षमता आणि असंख्य स्रोतांचा लाभ, प्राणी-पक्षी, वनस्पती आणि मनुष्य जग या सर्वांना सदैव सम प्रमाणात होत असतो ?

विद्यार्थी :- सर प्रकृतीची ही शक्ती आणि संपदा, निसर्ग आणि सर्व सजीवांसाठी आहे.

शिक्षक :- हो मुला, बरोबर ! प्रकृती निर्मित हे तीन भाग म्हणजे तीन राज्येच आहेत- वनस्पती, प्राणी आणि मनुष्य ! आणि ही तिन्ही राज्ये एकमेकांना पूरक होत वृद्धिंगत होण्यात साहाय्य करत आहेत.

विद्यार्थी :- हो सर, वनस्पती आणि प्राणी जगताबाबत मला कळले आहे पण मनुष्य जगताचे काय ?

शिक्षक :- मनुष्य जगतास या दोन जगतांपासून तू वेगळं का करतो आहेस बरं ? मनुष्यास या दोहोंपेक्षा खास आणि जास्त प्रमाणात शक्ती व ऊर्जा आहे असं समजून तर तू हे म्हणत नाहीस ना ?

विद्यार्थी :- हो सर.

शिक्षक :- आपल्या आजूबाजूच्या लोकांमध्ये आपण अशी समान ऊर्जा, शक्ती पाहतो आणि आपला बौद्धिक विकास या इतर दोन जगतांपेक्षा जास्त झालेला आहे म्हणून आपण आपले जग, प्राणी आणि वनस्पती जगतापासून वेगळे आहे असे समजतो, हो की नाही ?

विद्यार्थी :- सर, नीट लक्षात नाही आले अजून. जरा समजावून सांगा ना.

शिक्षक :- असं पाहा, काही व्यक्तीकडे असामान्य शारीरिक, मानसिक व बौद्धिक कसब, क्षमता असते. शास्त्रज्ञांनी संशोधनासाठी घेतलेले अपार कष्ट, प्रयत्न यामुळे आपल्याला ऊर्जेचा उपयोग करून आपले जीवन अधिक सुखकारक, समृद्ध बनविण्याची साधने, उपकरणे वापरणे सुलभ झाले आहे, जसे की विजेचे दिवे, कार, आगगाडी, विमाने वगैरे, वगैरे. या क्षमतांचा, ज्ञानाचा वापर करून आपण पशुअवस्थेतील

मानवापासून प्रगत होत होत आधुनिक माणसापर्यंत येऊन पोहचलो आहोत. जगभरातील सर्व शास्त्रज्ञांमध्ये आपल्याला नि:स्वार्थीपणा आणि दृढनिश्चय हे समान गुण असल्याचे दिसून येते. तुम्हाला असं नाही वाटत का की, हे सद्गुण एकाच वैश्विक स्रोतातून निर्माण झाले आहेत ?

विद्यार्थी :- कल्पना नाही सर.

शिक्षक :- तुम्हाला मी आधी सांगितले आहे की ही एकाच प्रकारची ऊर्जा/शक्ती प्राणी-पक्षी, वनस्पती आणि मनुष्यात प्रवाहित होत असते.

विद्यार्थी :- असं जर असेल सर तर मग सामान्य माणूस आणि असामान्य माणूस असा फरक कसा पडतो ?

शिक्षक :- या गुपिताबाबत पण आपण मागे एकदा बोललेलो आहोत. असामान्य व्यक्ती या ऊर्जेचा योग्य रीतीने व योग्य कामासाठी विनियोग करतात आणि त्यामुळे त्यांना तिचा जास्त प्रमाणात लाभ होतो. उदाहरणार्थ, शाळा- कॉलेजमध्ये शिक्षण सर्वांना एकसारखेच मिळते; पण त्यात काही जणांना चमकदार यश मिळते, तर अन्य काहीजण यथातथा उत्तीर्ण होतात. काही जणांची प्रगती मंद असते तर काही जण भराभर प्रगती करतात. कारण ते त्यांच्या क्षमतेचा उपयोग योग्य रीतीने करतात आणि हेच त्याचे गुपित आहे. अन्यथा सर्वांमध्ये समान ऊर्जा असते हे आपण पाहिलेच आहे. काही जण महान व्यक्तीपासून स्फूर्ती घेऊन तशा ध्येयाप्रत जाण्यासाठी प्रयत्न करतात आणि यश प्राप्त करतात. तेव्हा प्रत्येकाने प्रगतीसाठी प्रेरित होऊन ऊर्जेच्या योग्य विनियोगाची आस बाळगली पाहिजे.

विद्यार्थी :- आपले पूर्व राष्ट्रपती डॉ. ए. पी. जे. अब्दुल कलाम यांच्याप्रमाणे ना ?

शिक्षक :- अगदी बरोबर. पण केवळ शास्त्रज्ञ नव्हे तर कमांडोज, सेनाधिकारी, विविध क्षेत्रातील ज्ञानवंत हे देखील प्रगतिपथदर्शक असतात.

विद्यार्थी :- यांची ऊर्जा देखील एकसारखीच असते का ?

शिक्षक :- नक्कीच. तेच तर मी तुम्हाला सांगत आहे. ही एकमेव सर्वव्यापी ऊर्जाच संपूर्ण सजीव-निर्जीव जगतास व्यापून राहिलेली आहे.

विद्यार्थी :- निर्जीव जगतामध्ये कसे म्हणता येईल सर ?

शिक्षक :- गारगोट्यांचे दगड एकमेकांवर घासले असता ठिणग्या बाहेर पडतात की नाही ? त्याचा उपयोग मग लाकूड पेटविण्याच्या कामी होतो. लाकडामध्ये सुप्तावस्थेत असलेला अग्नी मग बाहेर येतो. ऊर्जा ही दृश्य-अदृश्य स्वरूपात प्रत्येकात अस्तित्वात असते. तात्पर्य काय, तुम्ही तुमची झाडे, फुलझाडे, प्राणी-पक्षी या सर्वांची तर काळजी घ्याच परंतु अगदी क्षुल्लकातील क्षुल्लक वस्तूंची पण काळजी घ्या उदाहरणार्थ पेन्सिल, पेन, खोड-रबर आणि अन्य तुम्हाला उपयोगी येणाऱ्या, सुखदायी असणाऱ्या सर्व वस्तूंची पण काळजी घ्या. ऊर्जा, जीवन हे सर्व दृश्य-अदृश्य, जाणवणाऱ्या, न-जाणवणाऱ्या स्वरूपात अस्तित्वात आहे. तुमच्या सभोवतालच्या सर्व गोष्टींचे बारकाईने, काळजीपूर्वक निरीक्षण करीत राहा. मी या सर्वव्यापी वैश्विक ऊर्जेच्या सहवासात आहे अशा जाणिवेत सदैव सजग राहा, विश्वासाने राहा.

विद्यार्थी :- हो सर. आणि सर मला असं वाटतं आहे की आज आम्ही सर्वजण खूपच ऊर्जावान आणि आत्म बलवान झालो आहोत. खूप खूप धन्यवाद सर !

उजळणी

१. निसर्गाची ऊर्जा अक्षय्य आहे. तीच ऊर्जा आपल्याला मानव आणि प्राण्यांमध्ये पण असलेली दिसते,

२. ती ऊर्जा अधिकाधिक प्राप्त होण्यासाठी तिचा उत्तम विनियोग करा,

३. सदैव हे लक्षात असू द्या की सर्वत्र समत्व आहे कारण हीच ऊर्जा मनुष्य, प्राणी, पक्षी, वनस्पती यासारखे सजीव आणि अगदी निर्जीव वस्तूंतही असते.

१. निसर्गाची ऊर्जा अक्षय्य आहे. तीच ऊर्जा आपल्याला मानव आणि प्राण्यांमध्ये पण असलेली दिसते,

शांतपणे, निरपेक्षपणे आणि पूर्ण क्षमतेने कार्य करणे इतकेच यशवंत व्यक्तीकडून अपेक्षित आहे.

पाठ अकरा.

यशवंताची कुशलता.

(आजच्या वर्गाची वेळ ही सूर्योदयाची आहे आणि मुले सुंदरशा हिरवळीने युक्त आणि काही वृक्ष असलेल्या मोकळ्या मैदानात जमली असून उगवतीच्या सूर्य दर्शनाचा आनंद घेत आहेत. हिल स्टेशनवरील बोटॅनिकल गार्डनला दिलेल्या भेटीतील आनंदाच्या क्षणांची उजळणी चालु असतानाच एक विद्यार्थिनी तिच्या मैत्रिणींसोबत झालेल्या चर्चेत समोर आलेला एक ज्वलंत प्रश्न विचारते)

विद्यार्थिनी :- सर, आत्तापर्यंत तुम्ही अतिशय सुंदर अशी शिकवण समजावून सांगितली आहे, अतिशय उत्तम ज्ञान दिले आहे; पण आम्ही हे आमच्या रोजच्या आयुष्यात कसे उपयोगात आणावे ? मला तरी त्याप्रमाणे रोजच्या रोज वागणे अशक्य आहे असे वाटते आहे.

शिक्षक :- वाह! तुमच्याकडून मला याच प्रश्नाची अपेक्षा होती. कारण आजकाल आदर्श गोष्टींबद्दल माहिती करून घेणे सगळ्यांनाच आनंद देते; परंतु त्या आदर्शाचे प्रत्यक्ष पालन करणे जणू स्वप्नासारखे वाटते. तथापि आपण जर काही मानसिक आणि भावनिक पैलूंचे साहाय्य घेऊन आपल्या बुद्धीवर ताबा मिळविला, तिला वळण लावले तर ते सोपे होईल.

विद्यार्थिनी :- म्हणजे काय सर ? मला तर काहीच कळले नाही.

शिक्षक :- ठीक आहे, ठीक आहे. काही हरकत नाही. आपल्याला जर आदर्शांचे लक्ष्य गाठायचे असेल तर या मार्गावरील अडथळे माहीत करून घेऊन, ते नीट जाणून घेणे आवश्यक आहे. आदर्श विद्यार्थी बनण्यासाठी सर्वांत प्रथम आवश्यक असलेली बाब म्हणजे त्याने किंवा तिने अपेक्षा आणि द्वेष/मत्सर यांचा पूर्ण त्याग करून आपली सर्व कर्तव्ये केली पाहिजेत.

विद्यार्थिनी :- हो सर, पण तुम्ही हे जर काही उदाहरणांनी समजावून सांगितले तर आम्हाला ते समजायला आणि मग प्रत्यक्षात तसे वागायला पण सोपे जाईल.

शिक्षक :- अरे व्वा ! शाब्बास ! छानच आहे की मग. 'मला हे करायचेच आहे' अशी तीव्र इच्छा असणे ही सर्वांत प्रथम आवश्यक गोष्ट आहे आणि तशी तयारी तू दर्शविली आहेस. खूप छान.

असं पाहा, जर तू एखाद्या खेळाच्या स्पर्धेमध्ये भाग घेतला आहेस तर, संघातील कोणाशी काही वैयक्तिक वादविवाद झाले असतील तर ते बाजूला सारून त्या स्पर्धेच्या सर्व नियमांचे काटेकोर पालन करणे, स्वतःच्या आणि संघाच्या कामगिरीवर एकाग्र होणे अत्यावश्यक आहे. कोणाविषयी द्वेष/मत्सर बाळगून किंवा त्या खेळातील स्वतःच्या कौशल्याचे संघातील सहकारी खेळाडूंसमोर अथवा प्रतिपक्षाच्या खेळाडूंसमोर प्रदर्शन करण्याचा हेतू मनात ठेवून खेळता अजिबात कामा नये. कुठलीही कृती करताना द्वेष/मत्सर आणि अपेक्षा यांपासून स्वतःस दूर ठेवून केवळ खेळाचा आनंद घेण्यासाठी आणि संघासाठी तुमचे सर्वोत्तम प्रयास करीत खेळावे. कुठलीही कृती करताना त्याद्वारे काही प्रदर्शित किंवा काही सिद्ध करण्याचा हेतू बाळगून ती करू नये, तर फक्त ती सर्वोत्तम रीतीने करायची आहे अशा उद्देशाने करावी.

विद्यार्थिनी :- आता बरोबर कळले सर.

शिक्षक :- मुलांनो, आपण सूर्याबद्दल शिकलो आहोत की, तो त्याच्या विलक्षण प्रकाशाने वनस्पती, प्राणी आणि मानवजगतास अत्यावश्यक अशी जीवन ऊर्जा पुरवीत असतो; पण अशा सूर्यांची संख्या किती आहे हे तुम्हांस माहीत आहे का ?

विद्यार्थी (एकसाथ) :- नाही सर, आपल्या ग्रहमालेत एक सूर्य, अनेक चंद्र आणि तारका आहेत.

शिक्षक :- खगोलशास्त्रज्ञांनी हे सिद्ध केले आहे की, या विश्वात असंख्य आकाशगंगा असून त्या प्रत्येकात असंख्य सूर्य, ग्रह आणि तारका समूह आहेत.

विद्यार्थी :- अरे बाप रे ! असंख्य सूर्य ? हे तर भयंकर आहे सर. आम्ही तर आपला एक सूर्यच साध्या डोळ्यांनी पाहू शकत नाही आणि पाहायचा प्रयत्न केला तर त्या तेजाने दिपून डोळ्यांसमोर अंधारी येते.

शिक्षक:- आणि जर असंख्य सूर्य एकाच वेळी दिसू लागले तर ?

विद्यार्थी :- ते तर केवळ अशक्य आहे सर. इतक्या सूर्यांचा सामना करावा लागला तर आमचे अस्तित्वच संपेल.

शिक्षक :- पण तुम्ही म्हणता तसे भयंकर, असंख्य सूर्य असलेल्या असंख्य आकाशगंगांचा, त्यांच्या विशालतेचा विचार करताच आपण नि:शब्द होतो. त्या समोर आपले स्वरूप किती लघुत्तम आहे याची जाणीव होते.

विद्यार्थी :- सर, आपण एका सूर्याला सहन नाही करू शकत, तर सर्वांना पाहायची कल्पना पण नाही करू शकत.

शिक्षक :- खरंय, पण आपण सूर्य आणि तो देत असलेली ऊर्जा याचे इंगित जाणून घेतले पाहिजे. जेव्हा तुम्ही हे जाणून घेता की सूर्याचा प्रकाश आणि तुमच्या आतील ऊर्जारूपी प्रकाश एकच आहे तेव्हा तुम्हाला काय वाटते ?

विद्यार्थी :- ही भावनाच अतिशय भव्य आहे सर ! ती मला, मी शक्तिमान असल्याची जाणीव करून देते. पण या दोन्ही ऊर्जा जर एकच आहेत तर आपण तग कशी धरून आहोत ?

शिक्षक :- अरे बाबांनो, सूर्यामधील ऊर्जा अतिप्रचंड अशी आहे तर आपल्यामधील ऊर्जा केवळ एक सूक्ष्म ठिणगी आहे. आणि ती देखील आपण बाळगून असलेल्या कशा-कशाच्या अपेक्षा, कुणा-कुणाविषयीच्या द्वेषाने झाकोळून गेलेली असते.

विद्यार्थी :- पण सर, जे जे वाईट आणि कुरूप असेल त्याचा द्वेष करायला हवा ना ?

शिक्षक :- द्वेष आणि नावड या मधील फरक जाणून घ्या. चांगल्या आणि उत्तम गोष्टींविषयीची आवडीची भावना प्रत्येकात असतेच; परंतु अगदी वाईट किंवा कुरूप गोष्टींबद्दल देखील 'द्वेष भावना' मनात असणे योग्य नाही.

विद्यार्थी :- हे कसं काय ?

शिक्षक :- आवड-नावड प्रत्येकाला असू शकते. काय आवडावे, न आवडावे याची निवड करण्याचे स्वातंत्र्य प्रत्येकाला आहे. तथापि जेव्हा तुम्ही एखाद्या गोष्टीचा किंवा व्यक्तीचा द्वेष करू लागता तेव्हा ती भावना तुमच्या आत नकारात्मक प्रतिक्रियेला जन्म देते आणि मग तीच एक मोठा अडथळा बनून जाते. तुमच्या अगदी नावडत्या व्यक्ती, गोष्टीविषयी देखील द्वेष किंवा तिरस्काराची भावना मनात निर्माण होऊ देऊ नका. एखाद्या व्यक्तीच्या तिच्या मर्जीनुसार आवडी-निवडी असू शकतात. एखाद्यासाठी एखादा पदार्थ नावडीचा असू शकतो. उदा. वांगे ! त्यात काही वावगे नाही; परंतु त्याने त्या गोष्टीचा वा एखाद्या व्यक्तीचा कोणत्याही कारणास्तव द्वेष, तिरस्कार करणे सर्वथा त्याज्य आहे.

द्वेष / तिरस्कार आंतरिक शांती आणि सुसंवादास हानी पोहचवितो, त्यांचा समतोल ढळवतो आणि हाच प्रगती पथावरील सर्वांत मोठा अडसर निर्माण होतो. शांत राहा आणि आपले कार्य जास्तीत जास्त उत्तम रीतीने करा. तुम्हा विद्यार्थ्यांकडून केवळ ही एकच अपेक्षा आहे.

पहिला विद्यार्थी :- आता मला एखाद्या गोष्टी किंवा व्यक्तीविषयीची नावड आणि त्याचा द्वेष यातील फरक नीट कळला आहे

दुसरा विद्यार्थी :- आमच्या अंतरंगातील प्रकाशाविषयी जाणून घेऊन त्यावरील अज्ञानाचे मळभ दूर करणे हे आमचे पहिले कर्तव्य आहे, हे आता नीट कळले आहे सर. आमच्या प्रगतीसाठी आम्ही त्या प्रकाशास त्याचे कार्य मुक्तपणे करू दिले पाहिजे म्हणजे आम्हाला स्वार्थी व्यक्तिमत्त्वाचा त्याग करून वैश्विक व्यक्तिमत्त्व विकसित करण्यात त्याचे अनमोल साहाय्य प्राप्त होईल.

शिक्षक :- शाब्बास मुलांनो ! यामुळे तुमच्या उत्तम व्यक्तिमत्व विकासाचा भरभक्कम पाय उभारला जाणार आहे. यशवंतासारखी योग्य आणि उत्तम रीतीने कार्ये करून तुमच्यातील प्रकाशाला प्रकट होऊ द्या.

सारांश काय, तर सर्व कार्ये कोणतीही इच्छा अथबा अपेक्षा न बाळगता करा. कार्य करण्याचा हाच एकमेव खरा व योग्य मार्ग आहे. अपेक्षा आणि आवेगी प्रतिक्रियारहित कार्य करणे ही केवळ 'यशवंताचीच कुशलता' आहे

उजळणी

१. जर तुम्ही कोणतेही कार्य मत्सर आणि क्रोधास थारा न देता केलेत तर तुम्ही कोणत्याही क्षेत्रात अकल्पनीयरीत्या उत्तम कामगिरी करू शकता,

२. कोणतेही काम अन्य कुणावर प्रभाव पाडण्यासाठी नव्हे तर तुम्हाला स्वतःला ते करताना आनंद मिळतो म्हणून करा,

३. शांतपणे, निरपेक्षपणे आणि पूर्ण क्षमतेने कार्य करणे इतकेच यशवंत व्यक्तीकडून अपेक्षित आहे.

प्रत्येक यशवंत व्यक्ती चित्त शांत ठेवतो, आपली कर्मे विश्वशक्तीस समर्पित करतो.

पाठ बारा.

विश्वशक्तीशी परिचय.

(आज विद्यार्थ्यांच्या पालकांना सांगितले होते की, त्यांनी त्यांच्या पाल्यांना संध्याकाळी आकाशदर्शनाचा समावेश असलेल्या दोन तासांच्या वर्गासाठी या ठिकाणी पोहचते करावे. चंद्र-तारे, तारका समूह, ग्रह, नक्षत्रं आणि आकाशगंगा यांच्या अवलोकनाने मुले जणू वेडावून गेली होती, आनंदित झाली होती. मित्र-मैत्रिणींसह या वेगळ्या अद्वितीय अनुभवाविषयी उत्साहाने, भरभरून बोलत होती. त्यांचे शिक्षक हे खऱ्या अर्थाने गुरू आहेत याविषयी तर सर्वांचेच एकमत झाले आणि मग आपले हे मत त्यांना सांगावे असे त्यांनी ठरविले)

एक विद्यार्थी :- सर आम्हां सर्वांनाच असे वाटते आहे की, तुम्ही आमचे खऱ्या अर्थाने शिक्षक, मार्गदर्शक आहात.

दुसरा विद्यार्थी :- हो सर, आम्हाला माहीत आहे की क्रीडा, नाट्य, कला, संगीत आणि रसायन, भौतिक व खगोल या सारख्या अनेक क्षेत्रांमधील नामवंत मार्गदर्शकांनी असंख्य विद्यार्थ्यांना त्या-त्या क्षेत्रात ज्ञानदान करून शिक्षित केलेले आहे.

तिसरी विद्यार्थिनी :- सर, या वर्गाची सुरुवात होण्याआधी आमच्यात हेच बोलणे चालू होते की, तुमची शिकविण्याची पद्धत किती असाधारण, वैशिष्ट्यपूर्ण आहे आणि तुमचे शिकविणे सर्वस्पर्शी, सर्वसमावेशक आहे. ते कुठल्या एका विषयाशी जखडून, मर्यादित न राहता विश्वव्यापक क्षेत्रासंबंधी सोप्या भाषेत ज्ञान देते. एखाद्या किंवा अनेक क्षेत्रांमध्ये प्राविण्य मिळवून यशवंत कसे व्हावे हे तुम्ही आम्हाला शिकवीत आहात सर ! सर, आम्ही तुम्हाला आमचे शिक्षक/ मार्गदर्शक आणि स्वतःला तुमचे अनुयायी म्हणालो तर चालेल का ?

शिक्षक :- हे पाहा मित्रांनो, तुम्ही मला शिक्षक समजायचे की, मार्गदर्शक हा तुमच्या इच्छेचा प्रश्न आहे. मी मात्र आवडीने तुम्हाला माझे मित्र मानण्याचे ठरविले आहे. हे नाते मी मैत्रीचे अशासाठी ठेवणार आहे; कारण या नात्यात एक मोकळेपणा, स्वातंत्र्य असते. या स्वातंत्र्याचा लाभ दोघांनाही होतो; कारण यात कोणतेही दबाव, ताण-तणाव नसतात आणि त्यामुळे शिकणे आणि शिकविणे यासाठी पोषक आणि मुक्त वातावरण निर्माण होते.

विद्यार्थी :- अगदी खरंय सर, म्हणूनच तुम्हाला प्रश्न विचारताना आम्हाला संकोच वाटत नाही आणि तुमच्या मैत्रीपूर्ण उत्तरांमधून आम्हाला खूप काही शिकायला मिळते.

शिक्षक :- हो आणि यामुळे आपण एकत्र राहूनही वैयक्तिक स्वातंत्र्याचा आनंद घेऊ शकतो.

विद्यार्थी :- हो सर, अन् सर, आता आम्ही या व्यापक आणि वैश्विक विषयाबद्दल शिकण्यास अगदी उत्सुक आणि तयार आहोत.

शिक्षक :- मुलांनो, जरा एक नजर आकाशाकडे टाका पाहू, तिथे तुम्हाला जे काय दिसत आहे, त्याचे नीट अवलोकन करा. आकाश हळूहळू अंधारून येत आहे, शुभ्र तारे आता अधिक तेजाने चमचमू लागले आहेत. आकाशाची ही विशालता, त्यातील तेजाने चमकणारे चंद्र-तारे पाहता पाहता वातावरणात एक प्रकारची नीरव शांतता आपण अनुभवत आहोत आणि त्यामुळे आपणही अगदी शांत झालो आहोत, हो ना ?

अशा शांततेतच उच्च मेधा शक्ती तिचे काम निर्वेध करू शकते. चला मुलांनो, आपण त्या सर्वोच्च प्रकाशाचे, जो आपल्या आत आणि बाहेर देखील आहे त्याचे उच्च क्षमता, ताकत आणि ज्ञानासाठी ध्यान करू या. प्रार्थना करू या की, आम्हाला उच्च बुद्धी, ज्ञान आणि शक्ती प्रदान करावी.

विद्यार्थी :- हो सर, यालाच तर अव्यक्त ऊर्जा स्रोताशी संलग्न होणे म्हणतात.

दुसरा विद्यार्थी:- पण सर, अनेकजण तर कुठल्या ना कुठल्या साकार रूपाची आराधना, प्रार्थना करतात.

शिक्षक :- उत्तम ! तुम्ही दोघेही बरोबर आहात. हे सर्वस्वी त्या व्यक्तीच्या साकार आणि निराकाराविषयीच्या जाणिवेवर अवलंबून असते.

तिसरा विद्यार्थी :- पण यातील नेमके कोणतं खरं आहे सर ?

शिक्षक :- त्यांच्या त्यांच्या निवडीनुसार ते दोघेही खरे आहेत.

विद्यार्थी :- मग यापैकी कोणती निवड अधिक चांगली आहे सर ?

शिक्षक :- सत्य असे आहे की 'निराकारातूनच' 'साकार' आकारते. त्यामुळे व्यक्तीसाठी दोन्ही निवडी योग्यच आहेत. त्याच्या त्याच्या निवडीशी हे निगडित असते.

विद्यार्थी :- पण या दोन वेगवेगळ्या निवडीचे परिणाम सुद्धा वेगवेगळे अनुभवास येतील ना ?

शिक्षक :- हे पहा मित्रा, इथे ज्याची प्रार्थना करायची आहे त्याच्या साकार-निराकार स्वरूपापेक्षाही जास्त महत्त्वाचे काय असेल, तर ती त्या प्रार्थनेमधील श्रद्धा. नेमके हेच समजावून घेण्यासाठी तर आपण इथे आलो आहोत. या नीरव, शांत ठिकाणी तुम्ही अंतर्मुख होऊन विचार करा, तुमची श्रद्धा कशावर आहे ? केवळ दृष्टीस पडणाऱ्या या दृश्यावर की त्यातून मिळणाऱ्या अनुभूतीवर ? तुमची श्रद्धा साकाराप्रति आहे की निराकाराप्रति याने काही फरक पडत नाही. महत्त्वाचा पैलू हा आहे की, ज्या विश्वासाने तुम्ही सत्याच्या मार्गावर चालले आहात त्याविषयीचा तुमचा तो विश्वास. तुमच्यासमोर समस्त सृष्टी आहे आणि तुमच्या आत वसत असलेली दृढतम श्रद्धा तुम्हाला योग्य मार्गदर्शन करण्यास तत्पर आहे.

विद्यार्थी :- सर, हे तितकेसे सुस्पष्ट झाले नाही, जरा उदाहरण देऊन सांगता का ?

शिक्षक :- ठीक आहे. प्रत्येक मुलाची / मुलीची त्याच्या / तिच्या आईवर अढळ व दृढ श्रद्धा असते. लहान मूल एखादी गोष्ट / वस्तू तीव्र इच्छेने आईकडे मागते व आई ती मागणी पूर्ण करते. परंतु कधी कधी ते मूल उगाचच गरज नसताना नाटक करत, गोंधळ घालत एखाद्या वस्तूसाठी हट्ट करते; पण आई ते लगेच ओळखते, ठाम राहते आणि ती मागणी पूर्ण नाही करत. त्याच्या रडण्या-ओरडण्याचा, विनवण्यांचा आईवर काहीही परिणाम होत नाही. तुम्हाला काय वाटतं, असं का होत असावं ? अगदी साधं सोपं कारण आहे त्यामागे. ज्या रीतीने ते मूल त्या विनवण्या, तो हट्ट करत असते ते दुय्यम ठरतात; कारण त्यात ते गांभीर्य, प्रामाणिकता आणि श्रद्धा नसते जी खऱ्या गरजेच्या मागणीच्या वेळी असते.

विद्यार्थी :- हं, आता मला कळले की, प्रार्थनेची साधने किंवा पद्धती तितक्या महत्त्वाच्या नसून प्रार्थनेतील मूळ सश्रद्ध आर्तता आणि प्रामाणिकता महत्त्वाची असते. त्यांचाच उपयोग होतो.

शिक्षक :- श्रद्धेत ढोंगीपणा, दिखाऊपणा करू नका. तसं प्रत्यक्ष श्रद्धावान व्हा ! पद्धती अनेक असू शकतात, तुम्ही प्रार्थना करताना विशिष्ट पद्धतीने उभे राहू शकता, बसू शकता; कारण शेवटी ही केवळ एक शारीरिक स्थिती असते, परंतु दिखाऊपणासाठी ती स्थिती अंगिकारू नका. या बाबतीत देखील प्रामाणिकता हवी.

विद्यार्थी :- हं, हे समजू शकते; पण प्रार्थनेची तर विशिष्ट वेळ आणि विशिष्ट जागा असते ना ?

शिक्षक :- नाही, प्रार्थनेची अशी कशी काही विशिष्ट वेळ, विशिष्ट जागा नसते. प्रार्थना ही कोणत्याही वेळी अथवा सदैव केली जाऊ शकते आणि तशीच ती कोणत्याही ठिकाणी केली जाऊ शकते.

विद्यार्थी :- प्रार्थनेसाठी व्यक्तीने शांत असणे आवश्यक आहे आणि सर, ती माझ्यासाठी अत्यंत कठीण गोष्ट आहे. म्हणजे मग मला तर हे जमूच शकणार नाही .

शिक्षक :- व्यक्तीने शांत असणे आवश्यक आहे हे खरंय पण सरावाने तुम्ही ती सामान्य अवस्था म्हणून प्राप्त करू शकता. आज तुम्हाला ही अत्यंत कठीण गोष्ट वाटत आहे; कारण तुमचे चित्त शांत नाही, ते चंचल आहे.

विद्यार्थी :- हे कसं साध्य करू शकतो सर ?

शिक्षक :- यासाठी तुम्ही सर्वप्रथम शरीरास आरामदायी अशा सुखासनामध्ये शांत, बसायला शिकवणे गरजेचे आहे. शांत स्वस्थ शारीरिक अवस्था प्राप्त होईपर्यंत चित्तास मुक्त ठेवा. ही शारीरिक शांतवस्था शरीरात शांती प्रस्थापित करेल. अनेकजण तर म्हणतात, ते क्षणभर देखील शांत बसू शकत नाहीत.

विद्यार्थी :- ठीक आहे, पण चित्ताच्या अवस्थेचे काय ?

शिक्षक :- हे अगणित तारे किंवा शांत अथांग सागर किंवा हे विशाल वनवैभव आठवा, त्यावर तुमचे विचार केंद्रित करा. हळूहळू निदान त्या वेळेपुरते तरी तुमचे चित्त शांत होईल. मी याआधी तुम्हाला सांगितलेच आहे की तुम्ही 'सशक्त शरीरात सशक्त बुद्धी' हे ध्येय साध्य केले पाहिजे. तुम्ही जेव्हा शांत राहाल तेव्हा काही काळाने तुमचे शरीर आणि चित्त दोन्ही शांत होतील.

विद्यार्थी :- सर, मला तर शांत बसणे कठीण वाटते, विशेषतः जेव्हा मला बऱ्याच गोष्टी करायच्या असतात तेव्हा.

शिक्षक :- असं जर असेल तर मग तुम्ही निदान जे काही कर्म कराल ते निरपेक्ष भावनेने, कोणतीही अपेक्षा न ठेवता करा. अभ्यास करत असताना, कुणाला मदत करत असताना, खेळत असताना थोडक्यात कोणतेही कर्म करत असताना ते कोणतीही इच्छा मनात न बाळगता करा आणि मग पाहा असे करीत असतांना तुमचे लक्ष केंद्रित राहिल्याने विचारांची संख्या अगदी कमी होते की नाही ते.

विद्यार्थी :- हो सर, आता आले लक्षात ! प्रत्येक काम करत असताना त्याबदल्यात काही प्राप्त व्हावे अशी अपेक्षा ठेवून ते करायचे नाही. ते सुरू करण्याआधी, करत असताना आणि ते पूर्ण केल्यानंतर देखील त्यापासून काही अपेक्षा न ठेवता ते करायचे. असे केल्याने आम्ही सहजतेने इच्छा आणि आकांक्षांपासून अलिप्त होतो. या अलिप्ततेमुळेच मग सहज नैसर्गिक शांती व समाधान प्राप्त होते.

शिक्षक :- अगदी बरोब्बर बोललास मित्रा ! खरं तर जीवन हे अगदी सहज सोपं असतं पण आपण ते अनावश्यक इच्छा-अपेक्षांमुळे, द्वेष, मत्सर आणि लालसेमुळे गुंतागुंतीचे आणि क्लिष्ट बनवतो.

प्रत्येक यशस्वी व्यक्ती वेगवेगळ्या मार्गाने चित्तशांती प्राप्त करून घेते. शरीराचे आणि मनाचे व्यायाम, चित्ताचे विश्वशक्तीस केलेले समर्पण आणि मूळ स्रोताचे क्षणोक्षणी स्मरण ठेवत, स्वयंशिस्तीने पूर्वी सांगितल्याप्रमाणे योग्य मानसिक दृष्टिकोन ('यो मा दृ') बाळगत केलेली कर्मे त्यास अर्पण करणे या मार्गाचे अनुसरण करत तो हे साध्य करतो. याचा अंगीकार करून ते सदैव आनंदी राहतात, मग तो चांगला काळ असो कि विपरीत काळ ! स्वतः तसा आदर्श घालून देऊन आणि हे ज्ञान पुढील पिढ्यांना देऊन त्यांच्या जीवनात ते तसाच आनंद निर्माण करतात. असा हा आनंद सुख-दुःखापलीकडील असतो.

उजळणी

१. प्रामाणिक असा, गंभीर नव्हे. प्रामाणिक असण्याचा आव आणू नका तर खरोखर प्रामाणिक राहा; कारण केवळ प्रामाणिकताच उपयोगी पडते,

२. अलिप्तपणे कार्य करण्याने आंतरिक शांती प्रस्थापित होते,

३. जीवन हे सहज सुंदर आहे. लोभ, लालसा आणि द्वेष यामुळे ते क्लिष्ट होते.

सभोवतालच्या परिस्थितीबाबत सदैव सजग राहा

पाठ तेरा.

आत्मभान, स्वतःस जाणणे.

(पुढील पाठासाठी आज शिक्षक विद्यार्थ्यांना शाळेच्या वर्गात घेऊन आले आहेत. आज बाहेर जायला मिळाले नाही म्हणून अनेक विद्यार्थी खट्टू झाले आहेत आणि त्यांची चेहऱ्यांवरची नाराजी पाहात शिक्षकांनी शिकविण्यास सुरुवात केली)

शिक्षक :- मित्रांनो, आज आपण बाहेर कुठे न जाता नेहमीच्या वर्गात आलो आहोत यामुळे तुमच्यातील काहीजण खट्टू झालेले दिसत आहेत ; पण आपण इथे का आलो याची कल्पना आहे का ? कारण आज आपल्याला, स्वतः व स्वतःचे व्यक्तिमत्त्व याविषयी जाणून घेण्यावर लक्ष केंद्रित करायचे आहे.

विद्यार्थी :- असं आहे का, पण आपण बाहेर एखाद्या ठिकाणी का नाही जाऊ शकत ?

शिक्षक :- आपण आज एका सुंदर आणि विशाल ठिकाणालाच भेट देणार आहोत ; पण ते ठिकाण बाहेर नसून आपल्या आत आहे. तुम्हाला माहीत आहे का की, आपले अंतरंग हे अथांग सागरापेक्षा, भव्य पर्वतराजींपेक्षा, घनदाट जंगलांपेक्षा आणि विशाल आकाशापेक्षा सुद्धा अथांग, भव्य, घनदाट आणि विशाल आहे ?

विद्यार्थी :- हे कुतूहल वाढवणारे आहे. असा विचार मी कधी केलाच नव्हता.

शिक्षक :- ‘स्वयं शिक्षण’ या संकल्पनेच्या संदर्भात ‘स्वयं ज्ञान’, ‘आत्मभान’ हे अर्थपूर्ण शब्द तुम्ही निश्चितच ऐकले असतील. हे महत्त्वाचे अशासाठी आहेत की, आपण नेहमीच बाह्यांगी, बाह्यवर्ती पाहत असतो, विचार करत असतो पण आपल्या आत, अंतरंगात असलेल्या ‘स्वतःलाच’ जाणून घेण्यास मात्र तितकेसे महत्त्व देत नाही. बाह्य विशाल विश्व जाणून घेणे जितके महत्त्वाचे आहे तितकेच आपल्या आत असणाऱ्या ‘स्वतःविषयी’, आपल्या अंतर्गत व्यक्तिमत्त्वाविषयी जाणून घेणे हे देखील महत्त्वाचे आहे.

विद्यार्थी :- सर, बाहेरच्या या विशाल क्षेत्राची त्यामानाने अतिशय लहान असलेल्या आपल्या व्यक्तिमत्त्वाशी कशी तुलना होऊ शकेल ?

शिक्षक :- आपण बाहेरच्या या विशाल जगाचाच जरी केवळ एक भाग आहोत तरी बाहेरच्या संपूर्ण सृष्टीप्रमाणे आपण देखील परिपूर्ण आहोत.

विद्यार्थी :- सर, हे जरा स्पष्ट करून सांगाना.

शिक्षक :- सर्वप्रथम तुम्ही स्वतः नेहमी सजग, सतर्क असायला हवे. समजा, तुम्ही एखाद्या क्रिकेटच्या मैदानातून जात आहात आणि अचानक तुमचे ‘लक्ष’ नसतांना फलंदाजाने टोलविलेला चेंडू वेगाने तुमच्या दिशेने आला तर ? काय होईल ? तुम्ही जखमी व्हाल की नाही ? पण जर तुम्ही सजग, सतर्क असाल तर तुम्ही चटकन मार्गातून दूर व्हाल किंवा चटकन वळून चेंडूस चूकवून स्वतःला जखमी होण्यापासून वाचवाल.

विद्यार्थी :- हो सर.

शिक्षक :- तुम्ही हे देखील ध्यानात ठेवा की, आपण जरी आकाराने बाह्य विशाल जगापेक्षा लहान असलो तरी आपण त्याचाच एक ‘परिपूर्ण’ हिस्सा आहोत. तसेच यशवंत होण्यासाठी सर्वप्रथम आपण आपल्याबद्दल म्हणजेच या ‘परिपूर्णतेबाबत’ जाणून घेणे अत्यावश्यक आहे.

विद्यार्थी :- सर, थोडे विस्ताराने सांगता का प्लिज ?

शिक्षक :-   आपला देह हा पाच तत्त्व, पाच कर्मेंद्रिये, पाच ज्ञानेंद्रिये, मन, बुद्धी, अहंकार आणि या सर्वांपलीकडील वैश्विक ऊर्जा यांनी बनलेला आहे हे आधी लक्षात घ्या.

विद्यार्थी :- ते कसं सर ?

शिक्षक :- आपण रस्त्याने कुठे जात असताना एखादे ठिकाणी रस्ता खूप खराब असल्याचे आपल्याला 'दिसते', सजग असल्यास आपण त्याची 'दखल' घेऊन तो रस्ता बदलून चांगल्या रस्त्याने पुढे जातो. आता डोळ्यांनी आपल्याला दाखविले; पण जर आपण त्याची दखल घेतली नाही व तसेच पुढे जात राहिलो तर जखमी होऊ शकतो. अगदी तसेच भरून आलेल्या आभाळाकडे, वातावरणाकडे आपले जर लक्ष असेल, आपण सजग व सतर्क असू तर बाहेर पडताना छत्री नक्कीच घेऊन बाहेर पडू.

विद्यार्थी :- असं होय, ठीक आहे !

शिक्षक :- आपल्या आहाराविषयीसुद्धा आपण सतर्क, सजग असायला हवे. आपण जे खात आहोत ते केवळ चवीला चटपटीत असण्याऐवजी शरीरास पौष्टिक पण आहे की नाही याविषयी ही सजगता हवी.

विद्यार्थी :- सर, आम्हाला सजगता आणि सतर्कता यांचे महत्त्व आता नीट कळले आहे; पण पाच तत्त्वे आणि पाच कर्मेंद्रियांविषयी आम्हाला सविस्तर जाणून घ्यायचे आहे.

शिक्षक :- आपण आपल्या स्वतःला एक विशाल क्षेत्र मानावे. पृथ्वी, अग्नी, वायू, पाणी आणि आकाश ही आहेत पाच तत्त्वे. ही तत्त्वे सर्व जगतात असून तीच आपल्यातही अंशात्मक आहेत. या जगताशी आपण आपल्या डोळे, कान, नाक, जीभ आणि त्वचा या पाच ज्ञानेंद्रियांच्या आणि पाच कर्मेंद्रियांच्या साहाय्याने संपर्कात असतो. या ज्ञानेंद्रियांद्वारे आपण पाहणे, ऐकणे, बोलणे, चव घेणे आणि स्पर्श करू शकतो. याशिवाय आपल्या आत मन व बुद्धी देखील असते. या मन, बुद्धी आणि शरीरास नीट जाणणे अतिशय महत्त्वाचे आहे.

विद्यार्थी :- हो सर. पाच तत्त्वे, पाच ज्ञानेंद्रिये, पाच कर्मेंद्रिये आणि मन, बुद्धी यांविषयी सजग होऊन जाणून घेता येईल.

शिक्षक :- हो बरोबर. आणि आता तुम्हाला हे पण कळले आहे की, आपण मनुष्य देखील या विश्वाचा, या निर्मितीचाच एक भाग आहोत. या सर्वांचा निर्माता देखील या निर्मितीत, अलिपपणे का असेना, स्थित आहे. कारण ही निर्मिती, ही सृष्टी म्हणजे अन्य काही नसून एक ऊर्जा आहे जिला आपण या विश्वाच्या संचलनाची शक्ती म्हणू शकतो.

विद्यार्थी :- हो सर, हे कळले आता! पण असे असूनही आपण प्रत्येक व्यक्तीत वेगळेपण का अनुभवतो ?

शिक्षक :- तीच तर मुख्य बाब आहे. जरी व्यक्ती-व्यक्तींमध्ये वेगळेपण जाणवत असलं तरी प्रत्येकात या एकमेव ऊर्जेचाच, निर्मात्याचाच अंश आहे. मर्त्य देहात अक्षय ऊर्जा वास करत असते. ज्याने हे जाणले तो ज्ञानी. आणि अशा व्यक्तीस सर्व प्राणीमात्रांविषयी समत्व असते आणि या शाश्वत सत्याची त्यास सदैव जाण असते.

विद्यार्थी :- हे कसं सर ?

शिक्षक :- तो हे जाणून असतो की ज्याप्रमाणे चक्रवातांचे केंद्रस्थानी वाऱ्याची गतिमानता शून्य असते, त्याप्रमाणेच सर्व बाह्य गोंधळामागे, क्रियाकलापांमागे, विश्वशक्तीच्या खेळामागे शांतीपूर्ण सर्वश्रेष्ठ असा सुव्यवस्थितपणा आहे. असे हे शाश्वत सत्य जाणणाऱ्यास कोणत्याही आवेगाच्या ज्वाला स्पर्श करू शकत नाहीत, त्याला एक अढळ स्थिती प्राप्त होते.

उजळणी

१. सदैव सतर्क, सजग राहा,

२. तुमच्या इंद्रियांबाबत जागरूक राहा,

३. सृष्टी ही ऊर्जा असून ती या विश्वाच्या संचलनाची शक्ती आहे.

उजळणी

१. सदैव सतर्क, सजग राहा,

२. तुमच्या इंद्रियांबाबत जागरूक राहा,

शांत, संयत वृत्ती प्रगतीस सहाय्यक असते, तर चंचल आणि आळशी वृत्ती अधोगतीस कारणीभूत होते.

पाठ चौदा.

आपल्यातील तीन स्वभावधर्म.

(शिक्षक आज मुलांना शाळेतील सभागृहात घेऊन आले आहेत. तिथे चालू असलेला एक कार्यक्रम नुकताच संपला आहे आणि त्या कार्यक्रमासाठी दुसऱ्या वर्गांचे जमलेले विद्यार्थी सभागृहात इकडे-तिकडे रेंगाळत आहेत. शिक्षक आपल्या वर्गाच्या विद्यार्थ्यांना एका बाजूस घेऊन गेले आहेत आणि त्यांनी आत्ताच वर्ग सुरू केला आहे)

शिक्षक :- मुलांनो, मी आज तुम्हाला मुद्दाम या सभागृहात घेऊन आलो आहे; कारण मला तुम्हाला वर्ग आणि सभागृह यामधील वातावरणात असलेला फरक दाखवून द्यायचा आहे. वर्गाची रूम लहान असते, त्यातील विद्यार्थ्यांची संख्या मर्यादित असते. तिथे सर्व जण व्यवस्थित, शांत, लक्ष ठेवून आणि आज्ञाधारकपणे बसलेले असतात. हो की नाही ?

विद्यार्थी :- हो सर. आम्ही सर्वजण अगदी असेच शिस्तीने बसलेलो असतो; कारण आम्हाला वाटत असते की, आम्ही दंगा-मस्ती, खोड्या करताना पकडले जाऊ आणि मग आम्हाला शिक्षा मिळेल.

शिक्षक :- बरोबर पण सभागृहात काय होते ?

विद्यार्थी :- हे खूप मोठे आहे, इथे एकावेळी अनेक वर्गांचे खूप सारे विद्यार्थी एकत्र येतात.

शिक्षक :- हो आणि तुमच्या वर्गशिक्षकाचे प्रत्येक विद्यार्थ्याकडे बारीक लक्ष राहू शकत नाही आणि त्यामुळे तुम्हा सर्व विद्यार्थ्यांना जरा मोकळं, हायसं वाटत असते. पण तुम्हाला हे माहीत आहे का की प्रत्येक विद्यार्थी / विद्यार्थिनी त्याच्यातील / तिच्यातील स्वभावानुसार, जन्मजात गुण वैशिष्ट्यांनुसार वागत असतो / असते ?

विद्यार्थी :- कोणती गुणवैशिष्ट्ये सर ? आम्हाला समजावून सांगा ना.

शिक्षक :- हो, पण त्यासाठी आधी आपल्याला आपल्यात नैसर्गिकरीत्या सामावलेले गुणधर्म समजावून घ्यावे लागतील.

विद्यार्थी :- का आणि कसे सर ?

शिक्षक :- हो हो, थांबा थांबा, असे एकदम उतावीळ होऊ नका ! आधी प्रकृतीचे गुणधर्म जाणून घ्या आणि मग त्यांचे व्यक्तीशी घनिष्ठ निगडित असे संबंध पाहू. प्रकृतीने, प्रत्येकात तीन मूळ गुणधर्मांना स्थापित केलेले असते.

विद्यार्थी :- सर, हे कोणते तीन मूळ गुणधर्म आहेत ?

शिक्षक :- चंचलता, आळस आणि शांत /संयमी हे ते तीन गुणधर्म आहेत. हे सर्व आपल्या प्रत्येकात आहेत. आता या सभागृहात काय चालू आहे त्याकडे जरा नीट लक्ष देऊन पाहा. जो-तो त्याच्या त्याच्या गुणधर्माप्रमाणे वागत आहे. काही जण अस्थिर असून, चंचलपणे धावाधाव करीत आहेत, काही जण जरा अलग होऊन खांबाला / बाकाला आळसटल्यासारखे खेटून उभे आहेत, तर काही जण या कशानेही विचलित न होता शांतपणे उभे असून हे सर्व निरखित आहेत. हे सर्व त्यांच्यातील नैसर्गिक गुणधर्मांनुसार वागत आहेत.

विद्यार्थी :- सर, अजून थोडं सोपं करून समजावून सांगा ना.

शिक्षक :- ठीक आहे. आता तुम्हाला इथे काय दिसत आहे ते एक एक जण सांगा.

एक विद्यार्थी :- त्या घोळक्यातील एक मुलगा सारखा त्या घोळक्यापासून दूर जात आहे, जवळ जात आहे.

दुसरा विद्यार्थी :- अजून तो दुसरा मुलगा सारखा जांभया देतो आहे.

तिसरा विद्यार्थी :- काही जण मात्र शांतपणे उभे असून संभाषणात उत्तम रीतीने मग्न आहेत.

शिक्षक :- अजून कुणाला काही दिसत आहे का ?

(चौथी) विद्यार्थिनी :- सर त्या दुसऱ्या बाजूला दोन मुले आपसात मारामारी करत आहेत, तर त्यापलीकडे काही मुली एकमेकींना धक्काबुक्की, लोटालोटी करीत आहेत.

शिक्षक :- म्हणजेच आपण प्रत्येकाचा वेगवेगळा स्वभाव, गुणधर्म असल्याचे पाहात आहोत हो की नाही ?

सर्व विद्यार्थी (एकसुरात) :- हो सर !

शिक्षक :- याचाच अर्थ आपण हे पाहिले की काही जण चंचल / अस्थिर आहेत, काही आळसटलेले आहेत तर काही शांत राहून त्यांच्या त्यांच्या कामात गुंतले आहेत. आपण नीट लक्ष ठेवले तर हीच गुणवैशिष्ट्ये आपल्याला स्वतःमध्ये वेळोवेळी दिसतात. अर्थात ती आलटून-पालटून दिसतात. हो ना ? कधी तुम्ही अस्थिर / चंचल असता, कधी शांत, सुस्थिर असता तर कधी कधी आळशी !

सर्व विद्यार्थी (एकसुरात) :- हो सर !

शिक्षक :- अशा वेळी आपण या सर्वांवर नीट लक्ष ठेवून त्यांच्यात समन्वय साधायला हवा.
विद्यार्थी:- ते कसे सर ?

शिक्षक :- तुम्ही अवस्थ, चंचल केव्हा होता याकडे लक्ष देऊन निरीक्षण करा. जेव्हा तुम्ही एखादी नावडती गोष्ट करता किंवा तुम्हाला न आवडणाऱ्या व्यक्तीला सामोरे जावे लागते किंवा एखादी तीव्र प्रतिक्रिया देता किंवा तुमच्या आवडी-निवडी अगदी टोकाच्या असतील तेव्हा ही स्थिती असते. आपल्या इच्छेविरुद्ध काही घडले की आपण त्याचा स्वीकार करू शकत नाही आणि मग अस्वस्थ होतो. पण ही अस्वस्थताच रागाला, क्रोधाला जन्मास घालते. सुरुवातीची अस्वस्थता वाढत वाढत तिचे रागात रूपांतर होते आणि तुम्ही क्रोधीत होता. अस्वस्थ मुलांना राग फार चटकन येतो हे तुम्ही पाहिले असेलच.

विद्यार्थी :- हो सर, माझ्या आईने जर मला न आवडणारी गोष्ट दिली की मला चटकन राग येतो.

शिक्षक :- याला कारण तुझ्यातील चंचलता हा गुणधर्म ! वर्गात देखील असे बऱ्याचदा आपण पाहतो की काही काही मुलांचे शिकण्याकडे लक्षच नसते, ते दुसऱ्याच काही उद्योगात गर्क असतात आणि मग ते अडचणीत सापडतात. ज्याचा असा उतावळा आणि चंचल गुणधर्म असतो त्याच्यामध्ये सहनशक्ती कमी असते, संयम कमी असतो. तो मग निरर्थक वादविवाद करू लागतो आणि त्यानंतर त्याचे पर्यवसान भांडणात होते. भांडण हे माणसास दुःखी करते.
विद्यार्थी :- पण सर थोडी चंचलता असणे वाईट नसते ना ?
शिक्षक :- काही चंचल स्वभावाची मुले एखादेवेळी मोठे काम करतात खरं पण ते नेहमीच तसं नाही करू शकत. कोणतेही काम त्यापासून विशिष्ट अपेक्षा बाळगून ते चटकन करून टाकण्याची जी चंचलता असते तिचे नेमके विपरीत परिणाम पदरी पडतात. कारण अपेक्षा ठेवून केलेले काम ती अपेक्षा पूर्ण झाली नाही की त्याचे दुःख वाट्याला येते.
विद्यार्थी :- हो सर, आता नीट कळले.

शिक्षक :- तुम्ही पाहिले असेल काही मुले नेहमी शांत असतात. वर्गात शिकविल्या जात असलेल्या विषयाकडे त्यांचे नीट लक्ष असते, ते कार्यशाळेत सहभागी होतात, त्यांची सर्व कामे ते कोणतीही घाई गडबड न करता शांत रीतीने करतात. त्यांना ज्ञान प्राप्त करून घेण्याची आवड असते. नवनवीन गोष्टी शिकणे त्यांना आवडते. ते समाधानी असतात व इतरांना त्रास देण्याऐवजी मदत करण्याकडे त्यांचा कल असतो. शांतवृत्तीचे ते खरे व उत्तम उदाहरण असतात.

विद्यार्थी :- हे पण नीट कळले सर. आणि आता आळशी वृत्तीबाबत सांगा ना.

शिक्षक :- कधी कधी आपण काहीच काम करत नाही किंवा ते करावे असे पण आपल्याला वाटत नाही. आपल्यातील उत्साह जणू संपून गेलेला असतो, आपल्याला नुसते स्वस्थ राहावे किंवा झोपून राहावे असे वाटत असते. केव्हा केव्हा तर काही काम सुरू करावे असा विचारसुद्धा नकोसा वाटतो. अशा निष्क्रिय अवस्थेत आपण आपल्या चुका देखील स्वीकारण्यास तयार नसतो. ही सर्व आळशी गुणधर्माची लक्षणे आहेत.

विद्यार्थी :- पण मग आपण या चंचल व आळशी गुणप्रवृत्तीतून बाहेर कसे यायचे आणि शांत संयत गुणप्रवृत्ती कशी अंगीकारावी ?

शिक्षक :- असं पाहा, यासाठी सर्वप्रथम तुम्हाला तुमच्यातील गुणप्रवृत्ती जाणून घ्याव्या लागतील. आधी सांगितल्याप्रमाणे आपल्या प्रत्येकात या तीनही प्रकारच्या गुणप्रवृत्ती वसत असतात. 'यो मा दृ'-योग्य मानसिक दृष्टिकोनाचे साहाय्य्य घेऊन, तुमच्या व्यक्तिमत्त्वात या बदलावासाठी अनुकूलता निर्माण करावी. योग्य आहार, योग्य व्यायाम आणि योग्य निद्रा, विश्रांती घ्यावी. यामुळे तुम्हाला दैनंदिन जीवनात उत्साह, स्फूर्ती आणि ऊर्जा प्राप्त होईल. त्याचा उपयोग तुमचे आई-वडील, इतर कुटुंबीय, मित्र आणि गरजू लोकांना मदत करण्यासाठी करा. मग तुम्हाला समजेल की, तुमच्या चंचलतेचा उपयोग विधायक कामासाठी पण करता येतो. आळसाच्या योग्य आणि नीट उपयोगाने तुम्ही चांगली विश्रांती, नियमित व नियंत्रित झोप मिळवू शकता. अशा नित्य व प्रामाणिक प्रयत्नाने तुमच्यात सुधारणा, प्रगती होत जाऊन तुम्ही शांत / संयत गुणप्रवृत्तीचे बनू शकता, जी तुम्हाला घर, शाळा, कॉलेज, मित्र परिवारात आणि अन्यत्र अनुभवता येईल. एकदा का तुम्ही शांत, संयत गुणप्रवृत्तीचे झालात की मग तुमच्या लक्षात येईल की घरातील सदस्य, शाळेतील शिक्षक, मित्र परिवारातील सर्वजण या सर्वांना तुमच्यात खूप स्वारस्य वाटू लागले असून ते सर्व तुम्हाला मदत करण्यास उत्सुक राहू लागले आहेत. अशी अवस्था तुमच्यातील तीनही गुणप्रवृत्तींना संतुलित आणि 'सर्जनशील' बनविते.

उजळणी

१. आपआपल्या गुणप्रवृत्ती जाणून घ्या,

२. आपल्या प्रत्येकात तीन प्रकारच्या गुणप्रवृत्ती वसत असतात, चंचल, आळशी व शांत संयत,

३. या वृत्तीचा अभ्यास करून स्वतःममध्ये योग्य ते बदल करा.

सृष्टी जीवनातील वरकरणी गोंधळाच्या वाटणाऱ्या स्थितीमागे, निर्मितीमागे पण सुनियोजीत सूत्रबद्धता आहे.

पाठ पंधरा.

अडचणी आणि अडथळे या मागील उद्देश.

(आज शिक्षक मुलांना एका भाताच्या शेतामध्ये घेऊन आले असून त्या मुक्त आणि हवेशीर वातावरणात त्यांनी वर्गास शिकण्यास सुरुवात केली आहे)

शिक्षक :- मुलांनो आज आपण या भाताच्या शेता मधे मुद्दाम आलो आहोत.

विद्यार्थी :- हो सर, पूर्ण वाढ झालेली ही भात रोपे हवेवर डुलताना पाहून किती छान वाटत आहे.

शिक्षक :- हो अगदी खरंय. तुम्हाला इथे अजून काय काय दिसत आहे ? तुमच्या हातात हे पूर्ण वाढ झालेले एक रोप आहे, या नंतरची स्थिती काय असते बरं ?

विद्यार्थी :- ही आता पूर्ण वाढ झालेली असल्याने, साफ केल्यानंतर खाण्यास योग्य आहेत.

शिक्षक :- अर्थातच आपण ओंब्यातील दाणे खातो; पण रोपाचा मध्य भाग आणि मुळाचे काय ?

विद्यार्थी :- त्याचं काय करणार सर ? ते खाऊ शकत नाही म्हणजे निरुपयोगीच की, फेकून द्यायचे ते.

शिक्षक :- खाण्याच्या दृष्टीने माणसाला ते उपयोगी नसतील; पण हा मधला भाग म्हणजे गाई-म्हशींसाठी चारा आहे, अन्न आहे. त्यांच्या आहाराचा तो भाग आहे आणि त्यामुळे त्यांची चांगली वाढ होते. आणि हा मुळांकडील भाग परत जमिनीत टाकला की त्यामुळे जमिनीचा पोत चांगला होतो आणि तिच्या पोषक द्रव्यांमध्ये पण वाढ होते.

विद्यार्थी :- किती छान ! म्हणजे काहीही वाया जात नाही तर. वरचा हिस्सा माणसांसांठी, मधला जनावरांसाठी आणि उरलेला भाग धरतीला परतभेट. व्वा.

शिक्षक :- बरोब्बर. आता जरा जवळ येऊन या पिकाचे बारीक निरीक्षण करा पाहू. काय दिसत आहे तुम्हाला तिथे ?

विद्यार्थी :- ओंब्यांमधील दाणे चांगले ठासून भरले आहेत; पण त्यावर काही बारीक बारीक कीटक दिसत आहेत.

शिक्षक :- हो, ते हंगामी कीटक आहेत. निरनिराळ्या हंगामात निरनिराळे कीटक उत्पन्न होतात. शेतात तुम्हाला अनेक प्रकारचे पक्षी हे कीटक खाताना दिसतील. हे कीटक म्हणजे त्यांचे अन्नच होय. हे सर्व एका अन्न शृंखलेचा भाग आहे. हे जे सर्व आपल्याला दिसत आहे ते काही उगाचच, विनाउद्देश, योगायोगाने निर्माण झालेले नाही. या सर्वांमागे एक सुनियोजित अन्न शृंखला साकारणे हा निश्चित उद्देश आहे. होय की नाही ?

विद्यार्थी :- हो सर.

शिक्षक :- म्हणजे हे कीटक, हे पक्षी ज्यांची निर्मिती आपल्याला वरकरणी निरुद्देशी वाटते ती तशी नसून ती एका सुनियोजित सृष्टि संचालन व्यवस्थेचा अर्थपूर्ण हिस्सा आहे हे लक्षात येते.

विद्यार्थी :- हो हे खरंय सर. हे सर्व सृष्टीचेच नियोजन आहे असे वाटत आहे. सर, या अन्नशृंखले व्यतिरिक्त अजून काही उदाहरणातून तुम्ही हे समजावू शकाल का ?

शिक्षक :- ठीक आहे. अशीच रचना, व्यवस्था आपल्याला सागरी सृष्टीमध्ये पण पाहायला मिळते. त्यात विविध समुद्री जीवांच्या, मासोळ्यांच्या असंख्य प्रजाती आहेत. या शृंखलेच्या सर्वांत खालच्या स्तरावरील सूक्ष्म सजीवांचे अन्न म्हणजे समुद्रातील शेवाळे आणि अन्य प्रकारच्या वनस्पती. त्याच्या वरच्या पायरीवरील छोटे मासे इत्यादी जीवांचे अन्न म्हणजे हे सूक्ष्म जीव, मध्यम आकारांच्या माश्यांचे अन्न म्हणजे हे छोटे मासे तर मोठ्या आकाराचे मासे मध्यम आकारांच्या माश्यांचा अन्न म्हणून वापर करतात. आणि अशी ही स्व-पोषक समुद्री अन्नशृंखला बनत जाते.

विद्यार्थी :- हे तर विलक्षण आहे सर. आणि इथे तर आपण या समुद्री जीवांना काहीच अन्न देत नाही, तरीही हे अखंड चालू आहे.

शिक्षक:- याच तऱ्हेने जमिनीवर देखील सुनियोजित सृष्टी संचालन व्यवस्था आहे. जमिनीवरील लहान मोठे शाकाहारी प्राणी गवत, लहान झुडुपे, मोठ्या वृक्षांची पाने-फांद्या, फळं खाऊन उपजीविका करतात. मध्यम आकाराचे काही मांसाहारी प्राणी या शाकाहारी प्राण्यांमधील काही लहान व मध्यम आकाराच्या प्राण्यांचा अन्न म्हणून उपयोग करतात, तर मोठे मांसाहारी प्राणी मोठे शाकाहारी आणि मध्यम मांसाहारी प्राण्यांवर गुजराण करतात. अशा या स्वयं-पोषण अन्नशृंखला सातत्याने विकसित होत राहतात, त्यात नवनवीन भर पडत असते. आपण त्यांचे पोषण करत नसतो.

विद्यार्थी :- ओ हो, काय सुरेख नैसर्गिक चक्र आहे हे.

शिक्षक:- या सर्वांच्या पलीकडे या सृष्टीत असंख्य, प्रचंड आणि अकल्पनीय आश्चर्ये आहेत जी आपल्याला स्तिमित करतात. आकाशातील तेजस्वी तारे, चंद्र, सूर्य, ग्रह यांनाच पाहा की ! सर्वशक्तिमान सूर्य आपल्या ग्रहमालिकेतील सर्व ग्रहांना अखंडपणे प्रकाश आणि ऊर्जा देत आहे. आणि आपण हे पण जाणतो की, आपली सूर्यमाला ज्या आकाशगंगेत आहे त्यात याहीपेक्षा मोठे व सशक्त प्रकाशमान तारे प्रचंड संख्येने आहेत आणि ज्ञात विश्वात तर अशा असंख्य आकाशगंगा आहेत.

विद्यार्थी :-खरोखरच हे सर्व केवळ अकल्पनीय आहे सर !

उजळणी

१. निसर्गचक्रातील विविध अन्नशृंखलांचा अभ्यास करा, निरीक्षण करा,

२. सृष्टी जीवनातील वरकरणी गोंधळाच्या वाटणाऱ्या स्थितीमागे पण सुनियोजित सूत्रबद्धता आहे,

३. तुम्ही केवळ 'तुम्हीच' एकमेवाद्वितीय असून तुमच्यासारखे या सृष्टीत अन्य कोणीही नाही

४. जीवनाचा अंतिम उद्देश विकास आणि प्रगती हाच आहे.

पाठ सोळा

सकारात्मक गुणांचे पोषण तर नकारात्मक अवगुणांचे निर्दालन.

(आजच्या पाठासाठी शिक्षक विद्यार्थ्यांना अशा एका चाकोरी बाहेरील ठिकाणी घेऊन आले आहेत की, ज्याची कोणी कधी कल्पना पण करू शकले नसते. आज विद्यार्थी एका मध्यवर्ती तुरुंगाच्या प्रांगणात जमले आहेत. आवश्यक त्या बाबींची पुर्तता करून झाल्यावर सर्व मुले शिक्षकांच्या सभोवताल उभी राहिली आहेत आणि शिक्षकांनी पाठांस सुरुवात केली आहे)

शिक्षक : मुलांनो तुमच्या बुद्धीस चांगल्या व वाईट कृत्यांतील फरक तर कळला आहे; पण आज आपण इथे वाईट कृत्यांचे परिणाम काय होतात ते प्रत्यक्ष पाहण्यासाठी आलेलो आहोत.

विद्यार्थी : सर तुम्ही आज आम्हाला इथे, या मध्यवर्ती तुरुंगात घेऊन आला आहात ज्याची आम्ही अजिबात अपेक्षा केली नव्हती. इथे कशासाठी आणले आहे सर ?

शिक्षक : या कैद्यांची अवस्था दाखविण्यासाठी तुम्हाला इथे घेऊन आलो आहे. त्यांच्या इथे असण्यामागचे कारण काय आहे असं तुम्हाला वाटते ?

पहिला विद्यार्थी : जे कोणी गैरकृत्य करतात त्यांना इथे पाठविले आहे.

दुसरा विद्यार्थी : सर, कैदी वाईट माणसे असतात असं मी ऐकलं आहे.

शिक्षक : ते गैरकृत्य करतात म्हणजे काय करतात ?

विद्यार्थी : ते समाज विघातक, गैर सामाजिक कृत्यांत सहभागी असतात.

शिक्षक : उदाहरणार्थ ?

विद्यार्थी : दुसऱ्यांची फसवणूक, त्यांच्या वस्तूंची चोरी, त्यांना शारीरिक इजा करणे इत्यादी

शिक्षक : ते असं का करतात ?

विद्यार्थी : सर, प्लीज तुम्ही सांगा ना समजावून. आम्हाला फक्त हे लोक वाईट असतात एवढेच माहित आहे.

शिक्षक : पण ते सर्व जन्मतः तर तसे नसतात. सुरुवातीला ते देखील इतर बालकांप्रमाणे निष्पाप, निर्मळ असतात. तुम्हाला हे ऐकून नवल वाटेल की इतर निष्पाप शिक्षकापेक्षा हे कैदी काही गोष्टी जास्त प्रभावीपणे आपल्याला शिकवतात.

विद्यार्थी : ते कसं काय सर ?

शिक्षक : चांगले लोक आपल्याला नेहमी शिकवितात की, चांगली कृत्ये करावीत, चांगले वागावे; पण आपण बऱ्याचदा ते ऐकण्यास अनुत्सुक असतो किंवा तसे वागणे बरेच कष्टाचे आहे असं आपल्याला वाटते. इथे मात्र हे कैदी जणू आपल्याला प्रत्यक्षरीत्या बजावत असतात की, ''हे पाहा आम्ही जसे वागलो तसे जर का तुम्ही वागलात तर तुमची पण अवस्था अशीच, आमच्या सारखीच होईल.''. ते इथे आहेत आणि तिकडे त्यांचे कुटंबीय, नातेवाईक, मित्र परिवार आणि समाज या सर्वांनाच या गोष्टीचा त्रास होतो आहे. या कैद्यांना हातकड्या

जे जे विधायक आणि सकारात्मक आहे ते ते चांगले आहे आणि जे जे विघातक आणि नकारात्मक आहे ते ते वाईट आहे.

घालून इथे आणले गेले आहे. इथे त्यांना जगण्याइतके अन्न-पाणी मिळत असले तरी त्यांचे त्रस्त, दयनीय व पश्चातापयुक्त चेहरे आपल्याला स्पष्टपणे सांगतात की काय कृत्ये करू नयेत. हे सर्व, बेसावध असतांना दिलेल्या इंजेक्शनप्रमाणे आपल्या विवेकबुद्धीला आणि मनाला बोचरी टोचणी लावते.

चांगल्या वर्तनाविषयी आपण वारंवार ऐकतो आणि विसरून जातो पण इथे, या ठिकाणची ही दृश्ये एकदाच पाहिली तरी मनावर खोल परिणाम करत कायमची कोरली जातात.

पहिला विद्यार्थी : हो सर, आतापर्यंत आम्हाला तुम्ही ज्या वेगवेगळ्या ठिकाणी नेले त्या-त्या ठिकाणी आम्हाला बऱ्याच गोष्टी शिकायला मिळाल्या; परंतु इथे मात्र "वाईट मार्गावर का जाऊ नये, वाईट कृत्ये का करू नयेत," हे त्यांच्या प्रत्यक्ष परिणामांचे दाहक वास्तवाद्वारे समोर मांडल्याने खूपच परिणाम करून गेले आहे.

दुसरा विद्यार्थी : पण सर हे असं का होतं बरं ? जर आम्हाला ही तत्त्वं माहीत आहेत, तर आपण याला आळा नाही का घालू शकत ? टाळू नाही शकत का ?

शिक्षक : असं पाहा, ज्याला आपण चांगला आणि वाईट म्हणतो असे दोन्ही गुणधर्म आपल्याला बघायला मिळतातच. आपल्यात काही प्रमाणात का होईना जे तितकेसे चांगले म्हणता येणार नाहीत असे थोडेसे गुणधर्म असतात. कधी आपण अगदी चांगल्या मुलाप्रमाणे तर कधी कमी चांगल्या मुलाप्रमाणे वागतो.

विद्यार्थी : खरंच असं आहे सर ? हे दोन्ही गुणधर्म आपल्यात असतात ?

शिक्षक : हो पण, शेवटी हे बऱ्याच प्रमाणात सर्वसाधारण स्वभाव प्रकृतीवर अवलंबून असते.

विद्यार्थी : सर, ही सर्वसाधारण स्वभाव प्रकृती कशी ओळखावी ?

शिक्षक : ज्यांची स्वभाव प्रकृती चांगली आहे असे लोक दुसऱ्यांना त्रास देत नाहीत, दुखावत नाहीत. त्यांच्यापाशी जे आहे त्यात ते सुखी, आनंदी व समाधानी असतात. त्यांना अधिकाची लालसा नसते. ते लोभी नसतात, त्यांना सर्व काही अधिकाधिक गोळा करायची इच्छा नसते. ते दुसऱ्यांचे दोष वा त्यांच्या चुका शोधत नाहीत. ते शांत व संयमी असून त्यांना ज्ञानार्जनाची आवड असते ज्याच्या साहायाने ते आपल्या शारीरिक, मानसिक आणि भावनिक भागांची प्रगती साधत असतात. दुसऱ्याप्रती द्वेष अथवा मत्सर ते अजिबात बाळगत नाहीत तर ते स्वतःच्या व्यक्तिमत्त्वाचा सर्वांगीण विकास करण्यावर आपले लक्ष केंद्रित करून असतात. आपल्यातील दुर्बलता, दुर्गुण कमी करत, आपल्यातील सद्गुणांना वृद्धिंगत करत आपले व्यक्तिमत्त्व सतत सशक्त आणि उत्तम बनविण्यात ते व्यग्र असतात.

विद्यार्थी : हो, हे खरोखरच चांगल्या गुणप्रवृत्तीचे लोक आहेत; पण आता वाईट गुणप्रवृत्तींच्या लोकांची पण वैशिष्ट्ये काय असतात ते सांगा ना सर.

शिक्षक : ज्या लोकांच्या अंगी आक्रमकता, इतरांवर हुकूमत गाजविण्याची वृत्ती, उद्धटपणा आणि अहंकार असतो ते वाईट प्रवृत्तीचे लोक असतात. असे लोक लोभी, संपत्तीचा हव्यास बाळगणारे आणि कधीही पूर्तता होऊन शकणाऱ्या अगणित लालसा बाळगणारे असतात. कसेही करून मला सुख मिळालेच पाहिजे या उद्देशाने ते इतरांची फसवणूक करतात, त्यांच्या साधन-संपत्तीची चोरी करतात. या व्यतिरिक्त अन्य कोणताही उद्देश ते जीवनात बाळगून नसतात. आपल्या गैर कर्माचे काय दुष्परिणाम होतील याची त्यांना काळजी नसते. आपल्या या अशा कृत्यांमुळे कोणास शारीरिक अथवा मानसिक त्रास होत असला तरी त्यांना त्याची फिकीर नसते.

विद्यार्थी : अरे बापरे सर, म्हणजे आपल्यात असा असुर दडलेला असतो का ?

शिक्षक : छे छे, असुर वगैरे काही दडलेला नसतो. असं पाहा आपण अनेक इच्छा-आकांक्षा बाळगून असतो ज्या पूर्ण झाल्या नाही की आपली

मनःशांती ढळते. मग आनंदी राहण्याचे सोडून काही जण तीव्रतेने या इच्छा-आकांक्षा येनकेनप्रकारे पूर्ण करण्याचा प्रयत्न करतात. त्याची पूर्तता झाली नाही की मग क्रोधाचा जन्म होतो जो सारासार विवेकबुद्धीवर मात करतो आणि मग त्या इच्छांच्या पूर्ततेसाठी गैरकृत्ये करण्यासही ते मागेपुढे पाहत नाहीत. याचना, उधार-उसनवारी, कर्जदारी, बळजबरी आणि शेवटी शारीरिक इजा पोहचविणे असा तो अधःपतनाच्या मार्गावर वाटचाल करू लागतो आणि याची परिणीती शेवटी कैदी म्हणून तुरुंगात रवानगी होण्यात होते.

पहिला विद्यार्थी : ओ हो सर ! आत्ता कळले आज तुम्ही आम्हाला इथे का घेऊन आलात ते. या प्रत्यक्ष भेटीमुळे आम्हाला आता हे चांगलेच कळले आहे की काय करू नये, कोणत्या गैरमार्गावर जाऊ नये व गेल्यास त्याचे किती आणि कसे भयंकर परिणाम होतात.

दुसरा विद्यार्थी : हे अगदी बरोबर आहे. पण सर, मग आम्ही या दुर्गुणांवर ताबा कसा मिळवायचा ?

शिक्षक : ताबा मिळविणे असा शब्दप्रयोग बरोबर नाही.

विद्यार्थी : का बरं सर ?

शिक्षक : ताबा या शब्दातच एक प्रकारची जबरदस्ती दडलेली आहे. बाह्य अथवा आंतरिक गोष्टींवर अशा रीतीने ताबा मिळविण्याचा प्रयत्न, विरुद्ध स्वरूपाच्या प्रतिक्रियेला जन्मास घालतो ज्यामुळे मग अनेक समस्या उद्भवतात.

विद्यार्थी : पण मग लालसा, क्रोध, मत्सर या दुर्गुणांवर काय उपाय आहे ?

शिक्षक : संतुलित, शांत राहून त्यांचा अभ्यास करा, त्यांचे स्वरूप आणि उद्गम जाणून घेऊन हळूहळू ते कमी करत राहा.

विद्यार्थी : पण कसे सर ? मला भूक लागली की खाण्याची इच्छा होणारच ना ? ती देखील इच्छाच आहे ना ? तिचे काय करायचे ?

शिक्षक : छान प्रश्न आहे हा. हेच तर आपल्याला शिकायचे, जाणून घ्यायचे आहे की 'खरी गरज' आणि 'अवांछनीय इच्छा' यामध्ये काय फरक आहे? गरजेपेक्षा जास्तीची इच्छा बाळगणे ही लालसा होय आणि लालसा वाईट आहे हे आपण पाहिलेच आहे. याप्रमाणे आत्मनिरीक्षण करा, गरजेपेक्षा जास्तीची आणि प्रत्येक इच्छा पूर्ण करण्याच्या मागे लागू नका. अशा इच्छांची कधीच पूर्तता होत नसते, एका मागोमाग त्या अखंडपणे निर्माण होत राहतात. आणि आधी सांगितल्याप्रमाणे त्यांची पूर्तता झाली नाही की, क्रोध, द्वेष, मत्सर हे सर्व एकत्र येऊन तुम्हाला चांगल्या मार्गावरून पथभ्रष्ट करतात, तुम्हाला वाईट मार्गावर ढकलून देतात.

विद्यार्थी : सर, असे वाईट प्रवृत्तीचे लोक मग नेहमीकरता तसेच राहतात का ?

शिक्षक : नाही, हे अजिबात खरं नाही. जसे चांगल्या प्रवृत्तीचे लोक वाईट प्रवृत्तीचे होऊ शकतात तद्वतच वाईट प्रवृत्तीचे लोक चांगल्या प्रवृत्तीचे होऊ शकतात. एखाद्याने चोरी केली, आपण काहीतरी चुकीचे काम केले आहे अशी त्याला जाणीव होऊन पश्चाताप झाला, त्याने ती वस्तू ज्याची त्याला परत दिली, क्षमा मागितली आणि निश्चय केला की पुन्हा असे कृत्य करणार नाही तर नक्कीच त्यात सुधारणा, परिवर्तन घडून येऊन तो चांगल्या प्रवृत्तीचा व्यक्ती होईल. याच्या अगदी उलट जर एखादा त्याच्या याप्रकारच्या इच्छांच्या आवेगात वाहत गेला, त्यांच्या आहारी गेला तर मूळच्या चांगल्या वृत्तीला गमावून तो वाईट प्रवृत्तीचा होईल.

तेव्हा मुलांनो हे लक्षात घ्या की, यावर जबरदस्तीने ताबा मिळविण्याचा प्रयत्न करण्याऐवजी त्यांचा नीट अभ्यास करून, निश्चयाने ते दुर्गण कमी करत आणा आणि हे करत असतांना तुमच्यातील सद्गुणांमधे वाढ कशी होईल यासाठी लक्ष केंद्रित करा. ''सद्प्रवृत्ती ही विधायक आणि सकारात्मक असते तर दुष्प्रवृत्ती नेहमीच विघातक आणि नकारात्मक असते.'' या उक्तीचे सदैव स्मरण ठेवा. ती तुम्हाला तुमच्या संपूर्ण जीवनात सन्मामार्गावर वाटचाल करण्यासाठी पदोपदी उपयोगी पडणार आहे. तुम्हां सर्वांना यासाठी शुभेच्छा मित्रांनो.

उजळणी

१. वाईट कृत्यांचे काय विपरीत परिणाम होतात हे आपल्याला तुरुंगातील कैद्यांकडे पाहून कळले. ''काय करू नये.'' याची शिकवण आपल्याला या कैद्यांकडून मिळते, ते याबाबतीत उत्तम शिक्षक म्हणायला हवेत.

२. इच्छा, वासनांवर बळाचा वापर करून त्यांचे बळजबरीने दमन करण्याऐवजी त्या नीट जाणून घेऊन, त्यांचा अभ्यास करून त्या कमी कमी करत न्याव्यात,

३. जे जे विधायक आणि सकारात्मक आहे ते ते चांगले आहे. आणि जे जे विघातक आणि नकारात्मक आहे ते ते वाईट आहे.

उत्तम प्रकारच्या अन्नाची निवड करा.

पाठ सतरा.

योग्य आहाराची निवड.

(शिक्षकांनी, 'मी तुम्हाला आज खाऊ गल्लीतील एका चांगल्या रेस्टॉरेंटमध्ये मेजवानी देणार आहे व नंतर तिथेच पुढचा पाठ पण घेणार आहे' हे आधीच मुलांना सांगितलेले असल्याने आजच्या पाठासाठी त्या उत्तम रेस्टॉरंटमध्ये आणल्यावर मुलांना आश्चर्य वाटले नाही. सर्व विद्यार्थी जमा होताच शिक्षकांनी सुरुवात केली)

शिक्षक :- काय मुलांनो आज खूश झाला आहात कि नाही ?

सर्व मुले एकसाथ :- हो सर, ही तर आमच्यासाठी सरप्राईज पार्टी आहे.

पहिला विद्यार्थी :- इथे तर इतके पदार्थ आहेत की कोणता खावा आणि कोणता नाही हेच कळेनासे झाले आहे सर!

दुसरा विद्यार्थी :- हे सर्व पाहूनच तोंडाला अगदी पाणी सुटले आहे सर !

तिसरा विद्यार्थी :- आणि हे तर शहरातील सर्वांत प्रसिद्ध रेस्टॉरंट आहे सर.

चवथा विद्यार्थी :- सर, आम्हां सर्वांना इथे घेऊन येण्यामागे काय उद्देश आहे बरं ?

शिक्षक :- गेल्या काही दिवसांपासून तुमची होणारी प्रगती पाहून मला खूप आनंद झाला आहे हे एक कारण आहे. व्यक्तिमत्त्व विकासासाठी ज्ञान मिळविण्याची तुमची प्रामाणिक इच्छा, त्यासाठीचे प्रयत्न हे तुम्ही विचारीत असलेल्या अर्थपूर्ण प्रश्नांवरून लक्षात येतात. तुम्ही केवळ माहिती मिळविण्यासाठी प्रश्न विचारीत नसून प्रगतीसाठी पोषक असे प्रश्न असतात तुमचे. त्याचा मला आनंद आहे आणि म्हणून ही पार्टी आयोजित केली आहे.

विद्यार्थी :- हो सर, ते तर लक्षात आले आमच्या आणि आम्ही पण याचा मनसोक्त आनंद घेत आहोत पण आम्हाला हे देखील माहीत आहे की कुठेही नेले तरी त्या प्रत्येक भेटीतून तुम्ही खूप छान छान गोष्टी आम्हाला शिकवत असता.

शिक्षक :- बरोबर लक्षात आले आहे तुमच्या पण आता आधी या विविध पदार्थांपैकी कोण-कोण काय-काय खाणार आहे सांगा बरे.

पहिला विद्यार्थी :- सर, मला गोड पदार्थांपैकी काहीही घ्यायला आवडेल,

दुसरा विद्यार्थी :- मी कुरकुरीत फ्राईज घेईन सर,

तिसरा विद्यार्थी :- मी इडली आणि सांबार घेणार.

शिक्षक :- ठीक आहे, ठीक आहे. आधी आपण सर्वजण खाणं पूर्ण करू आणि मग इथे जवळच्या मोकळ्या जागी बसून काही महत्त्वाच्या मुद्द्यांवर बोलू.

सर्व मुले एकसाथ :- हो सर, चालेल. थँक यू सर.

(सर्व मुलांनी त्यांच्या आवडीच्या पदार्थांचा भरपेट आनंद घेतला आणि मग ते सर्व, शिक्षकांसह त्या मोकळ्या जागी जमले.)

मुले एकसाथ:- सर, आता आम्ही नवीन माहिती मिळविण्यास अगदी सज्ज आहोत.

शिक्षक:- मुलांनो, आपण या आधी मानवातील चंचल, आळशी आणि शांत, संयत गुणप्रवृत्तींबद्दल जाणून घेतलेले आहे, होय ना? माणसाच्या या गुणप्रवृत्तीच्या जडण-घडणीला आपण घेत असलेला आहारदेखील हातभार लावत असतो बरं का !

विद्यार्थी:- असं आहे का? म्हणजे आहार पण तीन प्रकारचा असतो ना? तर मग त्याबद्दल सविस्तर समजावून सांगा ना सर.

शिक्षक:- इथे आज तुम्ही अन्नाचे विविध प्रकार पाहिले. सर्व प्रकारच्या अन्नाचे मुख्यतः तीन प्रकारात वर्गीकरण होते.

विद्यार्थी:- कशा रीतीने सर?

शिक्षक:- पहिल्या प्रकारचे अन्न हे ताजे, पचण्यास सोपे, हलके, शरीरास पोषक, रसयुक्त असते. ते जास्त तेलकट अथवा मसालेदार नसते. याच्या सेवनाने आनंद होतो, तृप्ती आणि शांतीचा अनुभव होतो.

दुसऱ्या प्रकारच्या अन्नात तेल, तिखट, मीठ आणि मसाल्यांचे प्रमाण जास्त असते. हे पचनास कठीण असते. याच्या प्रदीर्घकाळ सेवनाने अनेक व्याधी, रोग जडतात आणि चंचल गुणप्रवृत्ती वाढते.

तिसऱ्या प्रकारातील अन्न हे सर्वांत निकृष्ट असते. हे अन्न शिळे, शिल्लक उरलेले, बिना शिजलेले वा अर्धवट शिजलेले आणि दुर्गंधीयुक्त असते. हे अन्न आरोग्यासाठी अत्यंत हानिकारक असते आणि याच्या सेवनाने आळशी गुणप्रवृत्ती वाढीस लागते.

विद्यार्थी:- याचाच अर्थ आपण काय खात आहोत याचे भान बाळगून योग्य प्रकारचेच अन्न खायला हवे, होय ना सर?

शिक्षक:- शाब्बास, अगदी बरोबर ! आपण काय खात आहोत याकडे आपले लक्ष असायलाच हवे. इतकेच नाही तर जर एखादेवेळी तुम्ही खूप जास्त प्रमाणात अन्नसेवन केले असेल तर त्यानंतर उपवास करून अथवा अगदी थोड्या प्रमाणात व पचण्यास हलक्या स्वरूपाचे अन्न घेऊन तुम्ही आहार संतुलन साधणे गरजेचे आहे. असे केल्याने तुमचे आरोग्य तर नीट राहीलच पण तुम्ही आनंदी देखील राहाल.

विद्यार्थी:- हो सर, आम्ही नक्कीच याचे पालन करू.

शिक्षक:- आणि हे पण पक्के लक्षात असू द्या की, तुम्ही जे खाता त्याचा परिणाम तुमच्या गुणप्रवृत्तीवर होत असतो. तुम्ही साधे आणि ताजे अन्न खाल तर शांततेचा अनुभव होईल. जर तुम्ही जास्त मसालेदार, तिखट, खारट आणि तेलकट अन्न खाल तर अस्वस्थता आणि चंचलता तुमच्या वाट्याला येईल. शिळे अन्न खाण्याने आळस वाढीस लागेल.

विद्यार्थी:- आणि सर, मांसाहारी जेवणाचे काय ?

शिक्षक:- शाकाहार असो की मांसाहार, मूळ तत्त्वे तीच आहेत. अन्न हे अन्नच असते आणि घरचे अन्न हे तुमच्यासाठी सर्वश्रेष्ठ असते; कारण ते बनविताना उत्तम दर्जाच्या वस्तू वापरल्या जातात आणि ते तुमच्यासाठी प्रेमाने बनविले जाते. मुलांनो आता आपण याबाबतची मूळ तत्त्वे आणि अन्नाच्या प्रकारांविषयी जाणून घेत आहोत. त्यामुळे आपण दुसऱ्या कोणाच्या आहारावर टीका करणे, नाव ठेवणे टाळले पाहिजे. आपण याआधी हे देखील पाहिले आहे की प्रत्येकाच्या काही आवडी-निवडी असतात. आपला आहार आपआपल्या आवडी-निवडीनुसार निवडण्याचे प्रत्येकास स्वातंत्र्य आहे याचे भान बाळगणे गरजेचे आहे. त्याचवेळी आपल्या आरोग्य आणि गुणप्रवृत्तीच्या उत्तम प्रगतीसाठी आवश्यक असा उत्तम आहार प्रत्येकाने निवडायला हवा.

शुभेच्छा आणि शुभ रात्री मुलांनो.

उजळणी

१. अन्न आणि गुणप्रवृत्ती यांचा घनिष्ठ संबंध आहे,

२. अन्न हे केवळ अन्न असते. इतरांचा आहार हा आपल्या विचाराचा विषय असू नये,

३. पचनास सोपे असणारे अन्न आरोग्यकारक असते. अन्न योग्य तऱ्हेने शिजवलेले असावे, अर्ध कच्चे किंवा जळलेले नको.

समाजातील चार स्तंभांचा आदर असावा आणि परस्परांचा पण आदरभाव ठेवावा.

पाठ अठरा

समाजाचे चार स्तंभ

(आजचा पाठ शाळेतच होत असून शिक्षकांनी समाजाच्या चार प्रमुख क्षेत्रातील मान्यवरांना त्यांचे अनुभव मुलांना कथन करण्यासाठी आमंत्रित केले आहे. शिक्षक सुरुवात करतात)

शिक्षक :- सर्व विद्यार्थी हजर असल्यामुळे मी आज खुश आहे.

सर्व मुले एक साथ :- आम्ही सर्व पण उत्सुक आहोत सर, आज.

शिक्षक :- मुलांनो आज मी काही अनुभवी आणि मान्यवर व्यक्तींना त्यांचे अनुभव तुमच्यासोबत शेअर करण्यासाठी आमंत्रित केले आहे. त्यांच्या अनुभवांचा तुम्हा सर्वांना नक्कीच लाभ होईल.

विद्यार्थी :- खूपच छान सर! आम्ही त्यांना पाहायला आणि त्यांचे अनुभव ऐकायला अगदी उत्सुक आहोत सर.

शिक्षक :- आजचे आपले सन्माननीय पाहुणे समाजाचे जे चार सशक्त स्तंभ मानले जातात अशा क्षेत्रांमधील नामांकित व्यक्ती आहेत. त्यांची सामाजिक, कौटुंबिक पार्श्वभूमी वेगवेगळी असली तरी हे चारही जण त्यांच्या असामान्य कर्तृत्वाने या चार स्तंभांना आणि पर्यायाने समाजाला सशक्त बनविण्याचे काम करत आहेत. माझे तुम्हाला सांगणे आहे की, त्यांचे विचार अतिशय महत्त्वाचे असून ते तुम्ही अगदी मन लावून, एकाग्रतेने ऐका व आत्मसात करा.

प्रत्येक व्यक्ती मूल म्हणून जन्माला येताना त्याच्या अंगीभूत गुणप्रवृत्तीनुसार आवडी-निवडी घेऊन येत असते. त्याला त्याच्या कौटुंबिक, सामाजिक पार्श्वभूमीची अथवा अन्य कोणत्याही तऱ्हेची ओळख चिकटविणे सर्वथा गैर आहे. त्याचा जन्म कोणत्या घरात झाला आहे, या गोष्टीस तितकेसे महत्त्व नसते जितके की त्या व्यक्तीने केलेल्या कार्यास असते. जी व्यक्ती निःस्वार्थपणे, समर्पणाच्या भावनेने समाजासाठी कार्यरत असते तिला समाजाच्या या चारही स्तंभांकडून मान प्राप्त होत असतो.

विद्यार्थी :- म्हणजे काय सर, कोणते चार स्तंभ ?

शिक्षक :- अनेक पिढ्यांपासून समाज मुख्यतः चार प्रकारात विभागलेल्या कार्यप्रणालीद्वारे चालत असल्याचे आपण पाहात आलेलो आहोत. ते असे :-
१) समाज गरजांची पूर्ती करणारे,
२) सेवाव्रती,
३) ज्ञानसाधनेची आंस असणारे,
४) समाजाचे रक्षणकर्ते.

विद्यार्थी :- हो सर, पण हे देखील माणसांना जाती-जातीत भेद करणाऱ्या व्यवस्थेसारखेच अभेद्य आहेत काय ?

शिक्षक :- छे छे, अजिबात नाही. प्रगतिशील समाज व्यवस्थेचे घटक या नात्याने, समाजाच्या, मानवतेच्या व्यापक हितासाठी, आपण ही मनोवृत्ती बदललीच पाहिजे आणि जाती-जातीतील अथवा अन्य कोणत्याही स्वरूपातील भेदाभेद नष्ट केलेच पाहिजे.

विद्यार्थी :- पण कसे सर?

शिक्षक :- बदलाची ही सुरु वात स्वतःपासूनच करायला हवी.

विद्यार्थी :- मी एकट्याने असा विचार करून, असं वागून काय होईल ? बाकीचे विरोध करतील आणि मी एकाकी पडू शकतो.

शिक्षक :- ही तुला वाटणारी भीती आहे. पण तू असा विचार अजिबात करु नयेस; कारण तू सत्यास धरून आहेस. शिवाय आता समाज देखील बदलतो आहे.

विद्यार्थी :- पण हा बदल होण्यास बराच काळ लागेल आणि तोपर्यंत समाजातून होणाऱ्या विरोधाचा त्रास सहन करावा लागेल ना ?

शिक्षक :- संपूर्ण जगात कोणत्याही नवीन बदलास प्रथमतः विरोधाचा सामना हा करावाच लागत असतो. जगातील अगदी प्रगत देशांमध्ये देखील व्यक्ती-व्यक्तींमध्ये, त्यांचे सामाजिक स्थान, त्यांची आर्थिक स्थिती आणि त्यांच्या त्वचेचा वर्ण यावरून भेद केला जात आहे. अशा भेदभावाचा विरोध करणाऱ्या सर्वांनाच सुरुवातीला विरोधाचा सामना करावा लागत आहे. पण आता या प्रयत्नांमुळे लोकांना ही जाणीव होऊ लागली आहे की भेदभाव करणे बरोबर नाही, चुकीचे आहे आणि त्यामुळे होणाऱ्या विरोधाची धार देखील आता बोथट होऊ लागली आहे.

बदल निश्चितपणे घडत आहे; पण आता आपल्याला या गोष्टीस वेग देणे गरजेचे आहे, समाजास सशक्त आणि यशस्वी करणे आवश्यक आहे. आपल्यातील ऐकीच हे साध्य करू शकेल.

विद्यार्थी :- मी वैयक्तिकरीत्या यात काय सहभाग देऊ शकतो ?

शिक्षक :- चांगल्या वाईट परिणामांविषयीची भीती सोडून, कर्मफलाची अपेक्षा सोडून आणि तुमच्या कर्तव्यापासून न ढळता तुम्ही हे साध्य करू शकता.

तुम्ही म्हणता आम्ही लहान आहोत त्यामुळे या कर्तव्यात आम्ही सहभागी होऊ शकत नाही, तरुण म्हणतात आम्हाला आमचे करियर सांभाळायचे आहे म्हणून आम्ही सहभागी होऊ शकत नाही आणि ज्येष्ठ म्हणतात आम्ही सर्व गोष्टींमधून निवृत्त झालो आहोत म्हणून आम्ही सहभागी होऊ शकत नाही. समाजाचे हे सर्व घटकच जर असं म्हणतील तर मग सहभागी कोणी व्हायचं ?

कर्मापासून, कर्तव्यापासून दूर राहणे हा योग्य मार्ग नसून ते करत असतांना त्यातून फळाची अपेक्षा न ठेवणे हा खरा मार्ग आहे. थोड्याच वेळात मी तुमचा अशा काही अतिथींशी परिचय करून देणार आहे, जे गेल्या कित्येक वर्षांपासून समाजामध्ये निःस्वार्थपणे कार्यरत आहेत. समाजात सामंजस्य आणि सुसंवाद राहण्यात त्यांच्या खूप मोठा वाटा आहे. समाजातील कोणीही त्यांच्या कौटुंबिक पार्श्वभूमी वा वंशाबद्दल विचारण्याचे धैर्य करू शकत नाही. उलट सर्वजण त्यांच्या कार्याचा मान राखतात आणि त्यांचा आदर करतात.
हे पाहा ते येत आहेत, आपण सर्वजण उभे राहून टाळ्यांच्या कडकडाटात त्यांचे स्वागत करू या.

शिक्षक (पाहुण्यांना) :- सुस्वागतम महोदय ! कृपया आपण सर्वांनी आपआपले स्थान ग्रहण करावे. विद्यार्थ्यांना आपल्या उपस्थितीने उत्साहित करावे. आपल्या अनुभवसिद्ध ज्ञानाने त्यांना समृद्ध करावे.

(सर्व विद्यार्थी अतिर्थींचे उभे राहून टाळ्यांच्या कडकडाटात स्वागत करतात आणि शांत बसून एकाग्रतेने ऐकू लागतात)

प्रथम अतिथी (कृषिक्षेत्र) :- नमस्कार मुलांनो. मला उत्पादन, व्यवस्थापन आणि वितरण याची आवड असल्याने मी हे क्षेत्र निवडले. मला स्वतःचे खाते हिशोब सांभाळायला पण आवडते. माझ्या शेतातील उत्पादने जास्तीत जास्त लोकांपर्यंत पोहोचतील याची मी उत्तम वितरण व्यवस्थेद्वारे काळजी घेतो. माझे स्नेही, शेत उत्पादनातून अन्य वस्तूंच्या निर्मितीचे काम सांभाळतात, जसे की कापड, सेंद्रिय किंवा जैव खत इत्यादी. आम्ही व्यावसायिक असल्याचा मला अभिमान आहे.

विद्यार्थी :- हो सर, आम्हाला लागणाऱ्या सर्व वस्तू निर्वेधरीत्या मिळतात त्या या आपल्या क्षेत्रातील मोठ्या कार्यामुळेच. धन्यवाद सर.

दुसरे अतिथी (समाज सेवाव्रती) :- मुलांनो, मला जनसेवा करायला खुप आवडते. जनसुविधा आणि स्वच्छता ही माझी या कामाची साधने आहेत. रस्ते, कालवे, घरे, संस्था इमारती यांच्या स्वच्छतेचे काम मी पाहतो. मी आणि माझे सहकारी या कामात व्यस्त असतो. आणि हे काम करतांना लहान-मोठ्या, गरीब-श्रीमंत अशा कोणत्याही भेदभावास स्थान दिले जात नाही. आम्ही गावे, शहरे यांच्यासाठी असलेल्या स्वच्छता समुदायातील सेवेकरी असल्याचा मला अभिमान आहे.

विद्यार्थी :- नक्कीच सर. तुमच्या अमूल्य योगदानामुळेच आम्ही सर्व मुक्तपणे विहार करू शकतो; कारण आमच्या सभोवतालचे वातावरण आणि जागा स्वच्छ व आरोग्यदायक राखण्यात तुमचे आणि स्वच्छता समुदायातील इतर सेवेकऱ्यांचे मोठे योगदान आहे. धन्यवाद सर, आम्हाला तुमच्याविषयी खूप आदर आणि अभिमान आहे.

शिक्षक :- (तिसऱ्या अतिथीस) :- कृपया आपण आपला परिचय द्यावा.

तिसरे अतिथी (शिक्षक) :- मी इतिहास, भूगोल, शरीरशास्त्र, जीवशास्त्र, समाजशास्त्र या विषयांवरील अनेक पुस्तके वाचत असे. मला सुरुवातीपासूनच समाजाच्या सर्वांगीण विकासात उपयोगी येणाऱ्या गोष्टींबाबत खूप रस आहे. शालेय जीवनात मी मित्रांना अभ्यासात मदत करीत असे, शिकविणे ही माझी सवय आणि आवड आहे; कारण मला असे वाटते की जे जे मला ज्ञात आहे, जे जे मी शिकलो आहे ते ते सर्व जास्तीत जास्त लोकांना द्यावे आणि म्हणून मी या क्षेत्रात स्व-आवडीने आलो आहे.

विद्यार्थी :- धन्यवाद सर. जीवनाच्या सर्व क्षेत्रांमध्ये शिक्षकांची नितांत गरज असते अन्यथा समाजाची सर्वांगीण प्रगती होणे अशक्य आहे. आम्हाला आता हे कळले आहे की, ज्ञानाच्या देवाण-घेवाणीशिवाय समाज ज्ञानसमृद्ध होणे शक्य नसते. ज्ञानामुळेच व्यक्तिगत आणि समाजाच्या उत्थानासाठी, रूपांतरणासाठी उच्च ध्येयाची स्वप्ने उरी बाळगणे, त्यांच्या पुर्ततेसाठी प्रयत्नशील राहणे शक्य होते. जीवनातील सर्व क्षेत्रात ज्ञानदान करणाऱ्या आपल्यासारख्या शिक्षकवृंदाचे म्हणूनच आम्ही अत्यंत ऋणी आहोत. तुमच्यामुळे नेहमीच आम्हाला अधिकाधिक ज्ञानप्रासी करून घेण्याची प्रेरणा मिळत असते, प्रोत्साहन मिळत असते. आजच्या तुमच्या भेटीने आम्हाला खूप आनंद वाटला आणि त्याबद्दल पुन्हा एकदा आभार सर !

शिक्षक (चवथ्या अतिथीस) :- आता आपण आपला परिचय मुलांना करून द्यावा.

चवथे अतिथी (पूर्व सैन्य अधिकारी) :- मुलांनो, मला लहानपणापासूनच साहसाची खूप आवड होती. शाळेत मी उत्तम गाईड तर होतोच पण एन.सी.सी. च्या तुकडीचा प्रमुख देखील होतो. अडल्या-नडल्याच्या मदतीला धावून जाणे मला खूप आवडते. यातून पुढे मला सैन्य दलात सामील होण्याची आवड आणि ऊर्मी झाली. आता जरी मी सैन्यातून कॅप्टन म्हणून सेवानिवृत्त झालेला असलो तरी देशाप्रतीच्या कर्तव्यांचे पालन सुरूच आहे. माझे एक मित्र, जे सेवानिवृत्त एस.एस.पी. आहेत त्यांच्या आणि अन्य काही मित्रांच्या मदतीने आम्ही एक संस्था सुरू केली आहे, ज्याद्वारे सुरक्षाकर्मींसाठी प्रशिक्षण वर्ग घेणे सुरू केले आहे. आपल्या राहत्या विभागापासून, गावापासून, राज्यापासून ते थेट देशापर्यंत सुरक्षेला अत्यंत महत्त्व आहे. युवक, युवतींना आम्ही त्या दृष्टीने प्रशिक्षण देण्याबरोबच त्यांना पोलीस दलात, सैन्य दलात, निमलष्करीदलात भर्ती होण्यासाठी प्रोत्साहित करण्याचे आणि सक्षम बनविण्याचे काम करत असतो.

विद्यार्थी :- अगदी खरं आहे सर, विविध सुरक्षा दलकर्मी नसतील तर कोणीच सुरक्षित राहू शकणार नाही. आपण आपल्या सुरक्षेची काळजी घेतली नाही तर सुरक्षितता कशी मिळेल ? हे प्रत्येक व्यक्तीप्रमाणेच, आपण सांगितले तसे वस्ती, गाव, शहर, राज्य आणि देशाच्या बाबतीत पण खरे आहे. त्यासाठी तुम्हाला सॅल्युट सर !

शिक्षक :- मुलांनो आता सांगा, या सर्व मान्यवरांचे विचार ऐकल्यावर कसे वाटत आहे ? काय वाटत आहे ?

विद्यार्थी :- सर, आम्हाला खूप नवे ज्ञान मिळाले आहे, त्यांच्या अनुभवांमधून महत्त्वाचे असे खूप काही नवनवीन शिकायला मिळाले आहे

ज्याचा उपयोग करून आम्ही आता कोणतेही तऱ्हेचे काम अगदी आनंदाने करू शकू.

शिक्षक :- निश्चित माझ्या मित्रांनो ! आता आपण या कार्यशाळेच्या समापनाजवळ पोहोचलो आहोत. या सर्व दिवसांमध्ये मी ज्या-ज्या काही गोष्टी तुमच्याशी शेअर केल्या आहेत, ते सर्व ज्ञान मला माझा आजी-आजोबांकडून प्राप्त झालेले आहे. ते ज्ञान मला त्यांच्याकडून मिळाले आणि भेदभावासारख्या क्षुद्र संकल्पनांपासून मी मुक्त झालो, सर्व एकसमान आहेत याची जाणीव दृढ झाली. मी हे जाणले, हे शिकलो की सेवावृत्ती व्यक्तिमत्त्व असलेल्या या देशातील महान व्यक्ती, विविध कौटुंबिक पार्श्वभूमीतून आलेल्या असून ते सर्व एकत्रितरीत्या समाजाच्या, देशाच्या आणि अखिल जगाच्या उन्नतीसाठी, प्रगतिसाठी अथक काम करत आहेत.

विद्यार्थी :- हे अगदी अद्भूत आहे सर ! आम्हाला आता विचारधारांच्या, पूर्वग्रहांच्या बंधनांमधून मुक्त झाल्यासारखे वाटत आहे. आम्हांला हे पण उमगले आहे की, समाज, देश आणि एकूणच सभोवतालच्या सर्व जगाच्या भल्यासाठी, उन्नतीसाठी जो कोणी झटत असेल त्याच्याबरोबर एकदिलाने काम केले पाहिजे.

शिक्षक :- वा छान ! आता मी जे काही सांगत आहे ते जरा नीट लक्ष देऊन ऐका. समाजात वरकरणी जरी हे चार वर्ग वेगवेगळे दिसत असले तरी वस्तुतः ते सर्व प्रत्येक व्यक्तीत असतात.

विद्यार्थी :- अरेच्या, आम्हाला ते तर वेगवेगळेच वाटत होते सर. ते प्रत्येकात कसे आहेत हे जरा समजावून सांगा ना सर.

शिक्षक :- ठीक आहे, सांगतो. आपल्यापैकी प्रत्येक जण दैनंदिन कर्म करत असतांना या चार वर्गांकडून केल्या जाणाऱ्या कामाच्या स्वरूपाचेच आचरण करत असतो. कसे ते पाहा.

तुम्ही जेव्हा एखाद्या गोष्टीविषयी सखोल विचार करत असता तेव्हा बुद्धी तुम्हाला त्या संदर्भात योग्य काय व अयोग्य काय याची जाणीव करून देते. हा नीरक्षीर विवेक करत असतांना तुमची बुद्धी 'ज्ञानसाधकाच्या' भुमिकेत असते. शरीर संरक्षणाचे कार्यात तुमचे हात महत्त्वाची 'संरक्षकाची' भूमिका निभावत असतात. पोटात अन्नपचन होते. आतडी अन्नातील द्रव्ये अन्नरसात रुपांतरित करून ती सर्व शरीरात पोहोचविण्याचे 'पुरविण्याचे' काम करतात. तुमच्या प्रवासात, तुम्हाला इच्छित ठिकाणी घेऊन जाण्यात पाय महत्त्वाची भूमिका निभावतात. एकप्रकारे ते 'सेवावृत्ती' भूमिकेत असतात.

विद्यार्थी :- ओ हो, किती वेगळा आणि महान दृष्टिकोन आहे हा सर ! आणि हे चारही वर्ग आपल्यातच एकत्र असतांना आपण बाहेर तरी हा भेदभाव का करायचा ? आपण जर कोणत्याही तऱ्हेचा भेदभाव कोणत्याही बाबतीत वा व्यक्तींमध्ये न करता आपआपली कर्तव्ये विशिष्ट फळाची अपेक्षा न करता केली तर आपले जीवन उत्तम प्रतीचे व आनंदमय होईल.

शिक्षक :- अगदी बरोबर. सुख-दुःखाच्या पलीकडे जात केवळ जीवनाच्या आनंदाचा अनुभव घ्यावा हाच खरा तर मानवी जीवनाचा एकमेव उदेश आहे.

तुम्हाला व तुमच्या कुटुंबीयांना खूप खूप शुभेच्छा.

उजळणी :-

 १) समाजाचे चार स्तंभ माहिती करून घ्या. हे ध्यानात असू द्या की त्या सर्वांचे समान महत्त्व आहे आणि त्यात भेदभाव करू नका,

 २) व्यक्ती, मुख्यत्वे चार प्रकारचे स्वभाव, आवडी-निवडी आणि ध्येय असलेल्या असतात,

 ३) प्रत्येक व्यक्तीचा जन्म काही विशिष्ट हेतूसाठी झालेला असतो. त्या व्यक्तीच्या ध्येयपूर्तीसाठी, तो ज्या कुटुंबात जन्मास आला त्या कुटुंबाच्या पार्श्वभूमीचा काही एक संबंध नसतो.

पाठ एकोणविसावा.

कोणी कोणास काही शिकवू शकत नसतो.

(कार्यशाळेची समासी झालेली आहे, मुलांचे नेहमीचे वर्ग देखील सुरू झाले आहेत. परंतु मुलांना कार्यशाळेच्या रोजच्या चाकोरीबाहेरील वर्गांची एव्हाना सवय झालेली असल्याने त्यांना चुकल्यासारखे वाटत होते, एक रिक्तावस्था जाणवत होती. रोजच्या वर्गांचा सुरुवातीचा तास आज होणार नसल्याने मुले शाळेतील एका भागात एकत्र जमली आहेत आणि आपआपसात चर्चा करत आहेत)

विद्यार्थी १ :- व्यक्तिमत्त्व विकासाच्या कार्यशाळेचा कालचा शेवटचा दिवस होता, हो ना ?

विद्यार्थी २ :- हो आणि मला तर आज अगदी रिकामं रिकामं असल्यासारखं वाटत आहे.

विद्यार्थी ३ :- मला सुद्धा. आणि मला ना असं काही तरी भरभक्कम हवंस वाटत आहे की जे मी कधीच विसरू शकणार नाही.

विद्यार्थी ४ :- माझी भावना पण नेमकी तुझ्यासारखीच आहे रे यार.! शिक्षकांचे मार्गदर्शन नसताना आपण हे जे इतके सर्व महत्त्वाचे शिकलो आहोत ते रोजच्या प्रत्यक्ष जीवनात कसं उपयोगात आणायचे ?

विद्यार्थी ५ :- आपण सरांना परत एकदा जरा त्रास देऊ या का ? फक्त एकदाच, या बाबत निदान एक तरी संदेश आम्हां सर्वांसाठी द्या अशी विनंती करू या का ?

विद्यार्थी ६ :- नको यार, आता त्यांना अजून त्रास नको द्यायला.

विद्यार्थी ७ :- कदाचित यात त्यांना त्रास झाल्यासारखं वाटणार पण नाही.

विद्यार्थी ८ :- हं हे खरंय ! ते नेहमीच आपल्याशी अगदी मित्रासारखेच वागले, आपण अगदी मूर्खासारखे प्रश्न विचारले तरी त्यांनी त्या सर्व प्रश्नांना किती शांतपणे व छान उत्तरे दिली होती की!

विद्यार्थी ९ :- आणि अगदी पहिल्याच तासाला त्यांनी शिकविले आहे ना की गोंधळलेल्या स्थितीत राहण्याऐवजी मदत मागण्यात, मार्गदर्शन मागण्यात संकोच करू नका म्हणून.

विद्यार्थी १० :- शिवाय हा आपला अगदी शेवटचाच प्रश्न असणार आहे.

विद्यार्थी ११ :- अरे शांत राहा, सरच इकडे येत आहेत पाहा.

विद्यार्थी १२ :- अरे हो की! पण आता आपण सर्व मिळून त्यांना विचारू या.

(शिक्षक मुलांजवळ येतात, त्यांची विचारपूस करतात)

शिक्षक :- काय मित्रांनो कसं वाटतंय ? छान आहात ना ?

विद्यार्थी १३ :- हो सर, पण आम्हा सर्वांना तुमच्याकडून एक सल्ला हवा आहे. तुम्हाला वारंवार त्रास न देता पुढील आयुष्यात आम्ही विविध प्रश्नांना कसं सामोरं जावं , ते कसे हाताळावेत ? फक्त याविषयी एक वर्ग घ्याल का सर ?

उजळणीमधील सर्व मुद्दे नेहमी लक्षांत असू द्या.

विद्यार्थी १४ :- आम्ही फक्त ऐकू, आम्हाला कुठे बाहेर न्या म्हणून मागे पण लागणार नाही सर, प्लिज.

शिक्षक :-काहीच हरकत नाही मला तर आनंदच होईल. चला आपण या पिंपळाच्या झाडाखालीच बसू की. मला खात्री आहे तुम्ही आता जास्त वेळ घेणार नाही कारण व्यक्तिमत्त्व विकासाची मूळ तत्त्वं तुम्हाला नीट समजलेली आहेत.

विद्यार्थी :- हो सर, आम्हाला फक्त पुढील आयुष्याच्या वाटचालीत उपयोगी पडतील अशा काही महत्त्वाच्या सूचना मिळाव्यात अशी इच्छा आहे. तुम्ही आम्हाला खूप महत्त्वाच्या गोष्टी शिकविल्या आहेत सर.

शिक्षक :- आज मी तुम्हाला अजून एक महत्त्वाचे तत्त्व सांगत आहे. हे तुम्ही सतत लक्षात असू द्या. ते असं आहे, ' कोणी कोणास काही शिकवू शकत नसतो.'

विद्यार्थी :- हे तर काही कळलेच नाही सर, जरा समजावून सांगा ना.

शिक्षक :- असं पाहा, शिक्षक अथवा मार्गदर्शक सर्वांनाच आणि तेही एकसारखेच शिकवीत असतात; परंतु त्यापैकी काहीच जण खऱ्या अर्थाने 'शिकतात' असं का? कारण 'ते शिकतात' पण श्रेय शिक्षकाला मिळते. वर्गात अनेकजण असतात, पण नेत्रदीपक यश फक्त काहींनाच मिळते.

विद्यार्थी :- हो, अगदी खरं आहे हे सर !

शिक्षक :- सरळ आहे हे अगदी. शिक्षक ज्ञानाच्या माध्यमातून 'शिकवण', 'संकल्पना', इत्यादी सर्वांसमोरच प्रस्तुत करतात; परंतु त्यातील फक्त काहीजणच ते 'जाणून घेऊन, समजावून घेऊन' त्याचे प्रत्यक्ष आचरण करतात. आणि म्हणून आपण त्यांना खऱ्या अर्थाने 'योग्य विद्यार्थी' म्हणतो. होय ना ?

विद्यार्थी :- हो सर. पण आमची शंका, अडचण अशी आहे की, आम्ही शिक्षकांच्या अनुपस्थितीत पुढील वाटचाल कशी करणार ?

शिक्षक :- असं पाहा, याआधी मी तुम्हाला हे समजावून सांगितलेले आहे की आपल्या प्रत्येकाच्या आत, आंतरिक चेतनेच्या रूपात वैश्विक मार्गदर्शक वास करून असतो. त्याला तुम्ही जाणून घेतले व तो वेळोवेळी देत असलेल्या सूचनांचे पालन केलेत तर तुमच्या सर्व अडचणींचे निवारण होईल.

विद्यार्थी :- हो सर, पण आम्हा मुलांना हे कसे कळावे ? त्यासाठी काही उपाय, मार्ग आहे का ? एखाद्या उदाहरणातून समजावू शकलात तर खूप बरं होईल सर.

शिक्षक :- हो नक्कीच ! आणि एक का, अनेक प्रसंगांची उदाहरणे देता येतील. ज्यापैकी काही किंवा त्यासारखे काही तुम्ही स्वतः पण अनुभवलेले असतील.
परीक्षा चालू असताना एखाद्या पेपरच्या आधी तुम्हाला 'आतून' असं वाटत की अमुक एका भागाचे पुन्हा एकदा वाचन केले पाहिजे. तुम्ही तसं ते करता आणि पेपरमध्ये नेमका त्याच भागावर महत्त्वाचा प्रश्न येतो जो तुम्ही सहजगत्या व आनंदाने सोडविता. आला असेल ना असा अनुभव ? वाचनाची ही सूचना 'आतून' नेमकी कोणी दिली होती बरे ?

एक विद्यार्थी :- ओ हो, खरंच की सर ! मला आणि माझ्या काही मित्रांना पण नेमका अगदी असाच अनुभव आलेला आहे.

दुसरा विद्यार्थी :- सर, याच तऱ्हेचा पण थोडा वेगळा अनुभव मला आला आहे. मी नेहमी ठरावीक रस्त्याने शाळेत येत-जात असतो ; पण

एक दिवस मी अचानक उगाचच रस्ता बदलला आणि दुसऱ्या रस्त्याने जात असताना एक खूप जुना मित्र पुष्कळ काळाने भेटला. आम्हा दोघांना पण खूप आनंद झाला. मला तर अजूनही कळत नाही की, मी त्या दिवशी असा विनाकारण रस्ता का बदलला ?

तिसरा विद्यार्थी :- माझा या बाबतीतील अनुभव तर खूपच गमतीदार आहे सर! एक दिवस शाळेतून घरी येत असताना मला रस्त्यावर एक पेरू विकणारा दिसला. त्याच्याकडचे पेरू खूपच छान होते. मी एकटा कधी रस्त्यातून काही खरेदी करत नाही; पण त्यावेळी मला खूप इच्छा झाली की थोडे पेरू घ्यावे; कारण माझ्या लहान भावाला ते खूप आवडतात आणि मी थोडे पेरू खरेदी केले. घरी आलो आणि आधी आईला सांगितले की आज वाटेत छान पेरू मिळाले म्हणून थोडे खरेदी केलेत. तिने ते पाहिले आणि तिला खूप आश्चर्य वाटले. ती म्हणाली, 'अरे आज हा छोटू पेरूसाठी खूप मागे लागला होता, त्याला खूप आवडतात ना? तेच आणायला निघत होते आता बाहेर अन् तितक्यात तू तेच घेऊन आलास बघ.

शिक्षक :- किती सुरेख! ही समयसूचकता येते तुच्या आतील चेतनेच्या प्रेरणेने. आणि हेच 'अंतःस्थ प्रकाशाच्या' उपस्थितीचे निदर्शक आहे जो सतत तुम्हाला शिकवत असतो, मार्गदर्शन करत असतो. जेव्हा तुम्ही त्याच्या या उपस्थितीविषयी सजग, जागरूक व्हाल त्यानंतर तुम्ही कधीही एकटे नसाल. तो सदैव तुचा मार्गदर्शक म्हणून तुच्यासोबत असेल, मार्गदर्शन करेल. तर असं आहे मित्रांनो, मला ज्येष्ठांकडून जे ज्ञान प्राप्त झाले ते मी माझ्या अनुभवांसह तुम्हाला प्रदान केले आहे.

विद्यार्थी :- सर, किती छान आहे हे सर्व. खूप खूप धन्यवाद सर !

शिक्षक :- तुच्या आत वसणाऱ्या शिक्षकाची जाणीव ठेवून, त्याच्यावर संपूर्ण विशास ठेवत, त्याची आठवण सतत जागवत ठेवणे तुम्हाला मददगार ठरेल. तुचे आत्मबल, मनोबल आणि आत्मविशास वाढून अधिकाधिक ज्ञानप्राप्तीसाठी तुम्ही तयार व्हाल.

विद्यार्थी :- सर, कायम उपयोगाला येईल अशी एखादी अंतिम मार्गदर्शक सूचना आहे का ?

शिक्षक :- वाह, छान ! आपण वैयक्तिकरीत्या व वैयक्तिक लाभासाठी कार्यरत राहतो आणि थोडेसे काही मिळवतो पण जर तुम्ही स्वतः बरोबर इतरांसाठी, इतरांसोबत कार्य कराल तर त्याचा संपूर्ण जगतास फायदा होईल.

विद्यार्थी :- कसे काय सर ?

शिक्षक :- राष्ट्र उभारणीचा विचार करा, त्यासाठी कार्यरत राहा. तुम्ही शक्तिशाली बनाल तर समाजाचे चारीही स्तंभ शक्तिशाली होतील, राष्ट्र शक्तिशाली होईल. तेव्हा विचार सतत राष्ट्राचा करा. त्याने तुचा दृष्टिकोन विशाल होईल, सर्वजण आरोग्यवान, सुखी आणि संपन्न होण्यासाठी कार्यरत राहण्याची प्रेरणा होईल. आणि मग अशा जगताची निर्मिती होईल ज्यात कोणी दुःखी-कष्टी असणार नाही.

विद्यार्थी :- धन्यवाद सर. तुच्या या अंतिम संदेशरूपी आशीर्वादाने आम्हाला अमर्याद प्रेरणा दिली असून आम्ही या देशाचे सुजाण आणि सक्षम नागरिक बनण्याचा विडा उचललेला आहे. सर, कृपया आमच्या विनम्र अभिवादनाचा आणि अखंड प्रेमाचा स्वीकार करावा.

उजळणी

१. शिक्षक आपल्याला शिकवतात. आपले कर्तव्य आहे की ते आपण शिकायचे, ग्रहण करायचे,

२. अंतस्थ मार्गदर्शकाला ओळखा,

३. शिक्षकांची शिकवणूक लक्षात ठेवली तर त्यांच्या अनुपस्थितीत देखील तुम्हाला त्यांचे सहचर्य जाणवेल,

४. प्रत्येकाने स्वतःची उन्नती करून घेत राष्ट्रकार्यात आपले योगदान देणे गरजेचे आहे. राष्ट्र आणि राष्ट्राचे नागरिक यांचेसाठी सतत कार्यरत राहण्याची इच्छा जीवनभर अखंड प्रोत्साहनाचा स्रोत बनते,

५. उजळणीमधील सर्व मुद्दे नेहमी लक्षात असू द्या.

लेखक परिचय.

दिनांक २७ मे १९४७ रोजी इंदोरमध्ये जन्मलेले श्री. मधुसूदन दामले हे, अनेक अनुभवसिद्ध शिक्षक, डॉक्टर्स, मॅनेजर्स, बँकर्स आणि विविध क्षेत्रातील व्यावसायिक यांचे शिक्षक आणि आध्यात्मिक मार्गदर्शक आहेत.

शालेय जीवनात ते छात्र नेता आणि विजेता जिमनॅस्ट होते. राष्ट्रीय स्तरावरील स्पर्धांमध्ये त्यांनी मध्यप्रदेश संघाचे प्रतिनिधित्व केले होते. रंगभूमी क्षेत्रातील उत्तम जाणकार असण्याबरोबर ते स्वतः उत्कृष्ट अभिनेता, कलाकार पण होते.

वैद्यकीय क्षेत्रात काम करण्याची निवड केल्यावर सुरुवातीस प्रतिनिधी, त्यानंतर उच्च कार्यकारी अधिकारी म्हणून काम केले. आधुनिक वैद्यकशास्त्र (ॲलोपॅथी), आयुर्वेद, पशु वैद्यकशास्त्र आणि कृषी क्षेत्रात काम करण्याचा दीर्घ व संपन्न अनुभव प्राप्त केला.

सन १९८२ मध्ये त्यांनी पुण्यामध्ये 'के.व्ही.एम. एन्टरप्राइजेस' नावाने आयुर्वेदिक वितरण संस्था स्थापन केली आणि १९८८ साली पॉंडिचरी येथे त्यांनी 'के.व्ही.एम. रिसर्च लॅबरोटरीज' या संशोधन आणि उत्पादन संस्थेची स्थापना केली. त्याठिकाणी त्यांनी प्रदीर्घ संशोधन करून आयुर्वेदिक उत्पादनांचे अनेक मानांकित (पेटेन्टेड) फॉर्म्युले शोधून काढले असून त्यानुसार निर्माण केलेली उत्पादने १९९० सालापासून विदेशात निर्यात केली जात आहेत.

सन २०११ मधे त्यांनी 'मिदम चॅरिटेबल ट्रस्टची' स्थापना केली. त्याच्या माध्यमातून विविध सामाजिक कार्ये, जसे की मुलांच्या शैक्षणिक क्षेत्राशी संबंधित Krishna's Butter For Champion Students हा प्रोजेक्ट, Therapy for children with special needs through the Vedic Chants Intervention Program (VCIP), वूमेन एम्पॉवरमेंट, वगैरे पार पाडली जात आहेत.

श्री. दामले यांनी सन २०२२ मध्ये हे मूळ इंग्रजी पुस्तक 'Learning Through Nature' लिहिले. स्वतःच्या जीवनातील अनुभवांनी दिलेली प्रेरणा, अनेक वयोगटातील मुलांशी झालेले लहान-मोठे संवाद, अनेक दशकांत, शैक्षणिक संस्थांचा व पद्धतींचा केलेला सखोल अभ्यास, निरीक्षण या सर्वांचा विचार करून ते लिहिले आहे. उद्देश असा की, याच्या अभ्यासाने मुलांचा जीवनविषयक, अभ्यासविषयक 'योग्य मानसिक दृष्टिकोन' R.M.A (Right Mental Attitude) विकसित व्हावा जेणे करून ते सुखी, समाधानी, यशस्वी आणि आरोग्यसंपन्न जीवन जगण्यास सक्षम होवोत.